சிறிய எண்கள் உறங்கும் அறை

சிறிய எண்கள் உறங்கும் அறை
போகன் சங்கர் (பி. 1972)

போகன் சங்கரின் ஆறாவது நூல் இது. நான்காவது கவிதை நூல். கவிதைக்காக ராஜமார்த்தாண்டன் விருதும் சுஜாதா விருதும் பெற்றவர். கதைகளும் குறுங்கதைகளும்கூட எழுதி வருகிறார். மனைவி, இரண்டு குழந்தைகளுடன் நாகர்கோவிலில் வசித்துவருகிறார்.

மின்னஞ்சல்: bogananth@gmail.com
தொலைபேசி: 9489154979

சிறிய எண்கள் உறங்கும் அறை

போகன் சங்கர்

காலச்சுவடு பதிப்பகம்

அன்பார்ந்த வாசகருக்கு, வணக்கம்.
காலச்சுவடு நூலை வாங்கியமைக்கு நன்றி.
நூலின் உள்ளடக்கம், உருவாக்கம், அட்டைப்படம் இன்ன பிற அம்சங்கள் பற்றிய உங்கள் கருத்துகளையும் ஆலோசனைகளையும் காலச்சுவடு வரவேற்கிறது. தகவல், எழுத்து, வாக்கியப் பிழைகள் தென்பட்டால் கட்டாயம் தெரிவித்து உதவுங்கள். நூல் தயாரிப்பில் கடும் குறைபாடு இருப்பின் மாற்றுப் பிரதி உங்களுக்குக் கிடைக்க காலச்சுவடு ஏற்பாடு செய்யும்.

மின்னஞ்சல்: publisher@kalachuvadu.com
காலச்சுவடு நாகர்கோவில் தலைமையகத்துக்கும் கடிதம் அனுப்பலாம்.

தங்கள்
எஸ்.ஆர். சுந்தரம் (கண்ணன்)
பதிப்பாளர் - நிர்வாக இயக்குனர்

சிறிய எண்கள் உறங்கும் அறை ❖ கவிதைகள் ❖ ஆசிரியர்: போகன் சங்கர் ❖ © போகன் சங்கர் ❖ முதல் பதிப்பு: ஜனவரி 2018 ❖ வெளியீடு: காலச்சுவடு பப்ளிகேஷன்ஸ் (பி) லிட்., 669, கே.பி. சாலை, நாகர்கோவில் 629001

காலச்சுவடு பதிப்பக வெளியீடு: 824

ciRiya eNkaL uRankum aRai ❖ Poems ❖ Author: Bogan Sankar ❖ ©Bogan Sankar ❖ Language: Tamil ❖ First Edition: January 2018 ❖ Size: Demy 1 x 8 ❖ Paper: 18.6 kg maplitho ❖ Pages: 80

Published by Kalachuvadu Publications Pvt. Ltd., 669, K.P. Road, Nagercoil 629001, India ❖ Phone: 91-4652-278525 ❖ e-mail: publications @kalachuvadu.com ❖ Wrapper printed at Print Specialities, Chennai 600014 ❖ Printed at Mani Offset, Chennai 600077

ISBN: 978-93-86820-47-1

01/2018/S.No. 824, kcp 2009, 18.6 (1) ILL

தொலைந்துபோன நாய்க்குட்டிகளை எப்போதும் அவைகளின்
உறவினரிடம் சேர்ப்பவளும்
தூர்ந்துபோன பொம்மைகளை ஒட்டவைத்து
புன்னகைக்க வைப்பவளும்
மூடிய வாசல்களின் முன்பு தளராது தினமும்
சிறிய பரிசுகளுடன் நிற்பவளும்
லயம்கூடா என் வாழ்க்கையில் எப்போதும்
கவிதைகளைக் கொண்டுவருகிறவளும்
பிரிய மகளுமான
ஹரிணிக்கு.

பொருளடக்கம்

குடிமேசைகளில் எப்போதும் வர மறந்துவிடும்...	15
செத்தவர் இயற்றும் மேன்மையான பாடல்கள்...	16
படிகளில் தவறி விழுவதுபோல எளிதானது...	16
எனது நாய் ஒருபோதும் என்னை வேறு...	16
உங்கள் சிரமங்களை இந்த மேசைக்கு...	17
உங்கள் அறிவை வைத்து நீங்கள் என்ன...	17
நனவிலியுடன் தொடர்புகொள்வது பொய்...	17
உறங்காத தெய்வத்தைவிட்டு வெளியேறும்...	17
சிறிய நண்பர்கள் பெரிய வாசல் வழியே...	18
நான் என் செய்வேன்...	18
அவன் சிறுவனா...	18
இதோ இந்த நாளைப் பூட்டிவைக்கும்...	18
குதிரைகளை அவற்றின் குளம்புகள்...	18
உங்கள் நனவிலியில் உங்கள் பிழைகள்...	19
குதிரைகளை நேராகச் செலுத்தலாம்	19
இரவு படகைக் கவிழ்த்து பகலைத் தேடியது...	19
அப்புறம் அந்த ஓநாய் ஆட்டுக்குட்டியாய்...	20
தத்தித் தத்தி வரும் குழந்தை...	20
'The ways of all Parkinsons'...	20
மூத்திரப் புரையில் தொங்கிக்கிடந்த சர்க்கரை...	20
இரவு வந்ததுகூடத் தெரியாமல் நாற்காலிகள்...	21
தூக்கில் இறந்தவள் கால்கள்போல சன்னல்...	21

கடவுளின் ராஜ்யத்தில் யூதர்களோ புற ஜாதியினரோ...	21
தொப்பியிலிருந்து எதையும் வரவழைக்கத் தெரியாத...	21
கோமாளிக்கு மிகச் சிறிய அல்லது மிகச் சிறந்த...	22
ஆரவமற்ற சாலைகளில் கவி சாகிறான்...	24
பழமொழிகளைச் சொல்கிறவன் மரணத்துக்கு...	24
எட்டிமரத்தைச் செய்த கை எதைக் கசப்பென்று...	24
குழந்தைகளின் பொம்மைகளைக் கடத்தி...	24
தழுவும் கால் ஒன்றும் சவட்டும் கால் ஒன்றும்...	24
அவர்கள் இவர்களுடன் நண்பர்கள்...	25
செப்புக் குதிரைக்குள் ஈராயிரம் சிப்பாய்கள்...	25
உள்ளிருக்கும் தெய்வம் உக்கிரமானது...	25
உங்களது பழைய நைந்த தலைகளை...	25
தூரத்து ஊருக்குப் பழைய கார்களில்...	26
என்னய்யா கதைக்கிறீர் இது எனது தலைதான்...	26
அண்ணன் பல வருஷம் அரசாங்கப் பணியில்...	26
மாட்டுக்கேது ஜோலி? மாடாய் இருப்பதே...	26
பாறைகளை அணுகும்போது அருவிக்கு...	27
நாணல்புதர் குளிரில் நடுங்குதென்று சொல்லி...	27
தொட்டில்மீது தூசியைத்தான் தாங்கவே...	27
தெருவிளக்கை இருட்டு குட்டித் தலைகுனிய...	27
இந்த ஊரில் மட்டும் அசலைவிட வட்டி...	27
பெரிய படிக்கட்டைச் சார்த்தி...	27
உங்கள் வழிகளைக் கோணலாக்குகிறவரை...	27
மாண்ட்ரேக்கின் மண்டையோட்டுக்கு ஒரு...	28
அதிகாலையில் மீண்டுமொரு முறை...	28
உங்களுக்குத் தெரியவில்லை வானத்தில்...	29
பூட்டிய வீட்டுக்குள் நூலாம்படை...	29
பழைய கைகள் புதிய முகங்களுக்கு...	29
நட்சத்திரங்கள் முன்பாக தவிர வேறு...	30
குருடர்களின் பிரார்த்தனைகள் எந்தத் திசை...	30
கிளம்பிய எல்லா கப்பல்களும் மனிதனை...	30

கண்ணாடி கண்ணாடியைத் தொட்டு...	30
ஒவ்வொரு கவிதை முடிவிலும் மின்விசிறி...	31
இளமையின் கடிகாரம் குறுகி...	31
பாம்புப் பிணைகள் போன்று கிடந்த...	31
மூப்பு வரிசையின்படி தழும்புகளை...	31
தண்ணீருக்குள் மனுஷனுக்குப் புதுக்கணக்கு...	31
சன்னல் கம்பியில் ஒரு கை	32
ஆகவே சகத்தார் கவிவரைவோர்...	32
அவரோ சாமத்தில் ஒலியுடன் வீழும்...	32
தெருவிலே நிற்கிறேன்...	33
ஒரு நல்ல முழு நிலவு இரவில் பனை மரம்...	33
ராமகிருஷ்ணன் வாலைக் கட்டிக்கொண்டு...	33
அருவியை உருவிக் கட்டியதுபோல ஒரு சேலை...	33
முத்தம் போடும்போது கண்ணை மூடிக்கொள்வது...	33
சுள்ளி முறிந்து அடுப்பின் வாயிலேயே விழுந்தது...	34
ஒரு சிறிய மஞ்சள் மாத்திரை வெளிச்சத்தை...	34
வருடத்துக்கொரு முறை பிணங்களை எழுப்புதல்...	34
இந்தச் சிகப்பு வானத்தில் கிடையாது இந்த...	35
முற்றிய நெல்கதிர் கோதும் குருவி மெத்தென...	35
விறகெப்படி நெருப்புக்கு ஆடையாகும்?...	36
நீங்கள் நினைப்பது போல் இல்லை துறவிகள்...	36
பூனைகள் கண்ணிடுக்கி சலிப்பாகப் பார்க்கும்...	36
அத்தரமோ? என்றால் அத்தரம்...	36
இரவில் முற்றத்தில் சகதியில் நின்றிருந்திருக்கிறது...	37
உன் கருப்பைக்குள் நீளும் கையை மட்டும்...	37
காப்பாற்றும் கத்தியைப் பல் விளக்கிக் கூட்டிவர...	37
அவன் கனவில் தினமும் வயலில் கால்களை நட்டு...	37
நான் உன் புறக்கணிப்பிலிருந்து எழுந்த கடவுள்...	37
உன் நகைப்பெட்டியைத் திறந்து எனது...	38
அவ்வளவு நிச்சயமில்லை எல்லோரையும்...	39
உலகத்தைப் பற்றி அதிகம் குறை சொல்வது ஒரு...	40

நான் எப்போதும் திரும்பிப் போகும்போது கவனமாக...	41
முற்றிய நெல்கதிர் கோதும் குருவி மெத்தென...	41
கடவுளுடன் பொறுமையாக இருங்கள் உலகின்...	42
அவள் தன் நாடிகளை அறுத்துக் கிண்ணத்தில்...	42
எது மரம் எது மரம் நிழல் சொட்டா இந்தக் காட்டில்...	42
நான் நினைத்துக்கொள்கிறேன் மழைநாளில்...	43
மனிதன் இறந்தபிறகு செடிகளை அணுக முடியும்...	43
ரயில்ப்பெட்டிகளை பண்ணிக்கொண்டிருந்தான்...	43
நீங்கள் உங்கள் இளமைக்காலத்தில் யார்?...	44
சோதனைச் சாவடியில் இருந்த காவலாளி ஒரு...	44
பகலில் பாலைவனத்தில் ஒன்றுமில்லை...	45
ஃபூக்கோவை மற ஏசுவை மற...	45
Heart of...	46
அது எப்போதுமே அங்கே இருந்தது...	47
காற்று எல்லோருக்குமாய் வீசுகிறது...	47
அவ்வளவும்தான் ஒரு சிறிய கிளையில்...	47
இந்தக் கடிதத்தின் விலாசம் மிகச் சிறிதாக...	48
எனக்கே திரும்ப வந்துவிட்டது...	48
சன்னலுக்கு வெளியே இருள்...	48
ஓ பிரம்மமே நாங்கள் எங்கள் மலைமுகடுகளை...	49
அவனைச் சுமக்கமுடியாத பாலங்களை...	49
என் பின்னால் எவ்வளவு துயரம் உள்ளது!...	50
நட்ஷத்திரம் எனும்போது இசை எழும்புகிறது...	50
இந்த மழையை நான் எப்படி உனக்கு...	51
நான் சிறிய வாய்களால் திருப்தியுறுவதில்லை...	51
காரணமற்ற அன்பு நிற்கிறது மழை...	52
முடவர்களை எழுப்பவல்ல தெய்வத்துக்கு...	52
இசையை மூங்கில் புரிந்துகொள்கிற...	52
நாடோடியின் மனைவியை நான் இன்று...	53
முதல் பறவை எந்தப் பெயரையும்...	54
நாற்காலியை நகர்த்திவிட்டு...	55

நீங்கள் கேலி செய்தாலும் நான் ஆத்மவாதிதான்...	55
பிரார்த்தனைகள் அடங்கியதும் வெண்டிலேட்டர்கள்...	55
காற்றே என்னை இறகாக்கி அணிந்துகொள்...	56
பனி நீண்ட விசிலொலியுடன் வருகிறது...	57
பசியில் பூதம் தன் தலையைத் தின்னுவதை...	58
என்னே அதிசயங்கள்! இவர் மரித்தும் போகிறார்!...	58
நீலி, இவை உனது வீழ்ந்திடாத மழைத்துளிகள்...	58
அங்கே இப்போது புதிதாக ஒரு சாலை...	58
இறங்கும் விருப்பம் சிகரத்தின் உச்சியில்...	59
மேரியின் நாய்க்குட்டி மின்மினியைத் துரத்தி...	59
நீங்கள் மனிதர்கள் இல்லாத இடம் ஒன்றை...	59
மிதக்கும் கப்பலைவிட எரியும் கப்பல் எத்தனை...	60
என் சாலை துயருற்றிருக்கிறது...	61
பருவம் கடந்த காற்று தலையாட்டி மரங்களை...	62
இமயத்தில் திரிந்தவர் அவர்...	65
ஒரு சிபாரிசு. கைவிடப்பட்ட கட்டிடங்களை...	65
நூறுகால் பூச்சிகளின் பெயரில் அதன்...	65
ஹிப்பியாகச் சுற்றும் ஒரு இயந்திர மனிதனை...	65
உன் உடல்மொழியை அதிகம் பேசிய என்...	66
அதிகாரி! பார் கவனமாக...	66
ஒருமை...	67
நீண்ட அங்கியுடன் மாடியேறி நட்சத்திரம்...	68
அவன் வனம் அறியாதவனில்லை...	68
வாண வேடிக்கைகளைத் தூரத்திலிருந்து...	68
நான் வெறிச்சோடிய சாலைகளில் தனியே...	69
வங்கிக் கடன் பற்றிப் பேசிய தொலைபேசி...	70
இன்றும் வனாந்திரத்தில் சென்று...	70
பனிப்புயலுடன் சண்டையிடும் ஒற்றை...	71
நீங்கள் வெறுங்கையுடன் அவர்கள்...	71
கைவிடப்படுகிற தேவாலயங்கள் எழுப்புகிற...	71
எனது கடிகாரம் சில எண்களை...	72

ஆயிரம் வருடங்களுக்குப் பிறகு...	72
கடிகாரத்தை விட்டு இறங்க மறுக்கும்...	72
உனது கூச்சலைக் கண்ணாடி முன்...	73
கவிதைகள் அல்ல உண்மையில் நீங்கள்...	73
கவிஞன் மழை என்று சொல்லும்போது அது...	73
என்னால் தீப்பந்தங்களைத் தூக்கிக்கொண்டு...	74
அவர்கள் என்னை என் கவிதைகளுக்காகவே...	75
ஒலி கேட்காதவரால் அழிகிறது...	76
நதியில் எழும் அலை தான் நதியையிட...	76
முத்துக்களை அளிப்பதின் மூலமாக...	77
அவர் என் நிலைகண்டு உன் சிறிய...	77
துன்புறுவதின் மூலமாகவே உடல் தன்னை...	77
உள்ளிருந்து அனற்றும் தீ கனிந்து...	78
உயரங்கள் நிச்சயமாக அச்சமுட்டுகின்றன...	78
கவிதைகளின் மூலமாக நைச்சியமாக...	78
பயணம் செய்து பயணம் செய்து மனிதர்கள்...	79
இந்தத் தத்துவங்களின் பின்னால்...	79

குடிமேசைகளில் எப்போதும் வர மறந்துவிடும் கடவுளுக்காக
வைக்கப்படும் மதுகோப்பைகளை வார இறுதியில்
கணக்கெடுத்து

இப்லிஸ் மகிழ்கிறான்
ஒரு கோப்பையை எடுத்துச் சுவைக்கிறான்
"பழைய காதலியின் முத்தப் புளிப்பு" என்கிறான் "அல்லது
குழந்தைகளின் உதிர ருசியா?"

பிறகு வானோக்கி கோப்பையை உயர்த்தி "நமக்கான
கோப்பைகள்
எப்போதும் தேனீக்களின் வரிசையையொட்டி தவறாது
நம்மிடமே
வந்துவிடுகின்றன" என்கிறான்

சிறிது மவுனத்துக்குப் பிறகு இப்போதும் வர மறந்துவிட்ட
கடவுளிடம் "சியர்ஸ். எப்போதும் நம் நலத்துக்காக."

●

செத்தவர் இயற்றும் மேன்மையான பாடல்கள் நடுவீட்டில்
குவிந்துகிடக்கிறது
வயசாளியின் பீத்துணிபோல
இங்கு தண்ணீர் வேறு கஷ்டம்

●

படிகளில் தவறி விழுவதுபோல எளிதானது
இந்த இடத்துக்கு வருவது
மீண்டும்மீண்டும் ஒரு மறதி வளைவு திரும்பியதும் படிகள்
வருகின்றனதானே?
எல்லோரும் பெரிய எண்களை நினைவில் வைத்துக்
கொள்ளும்போது
ஹரிணி சிறிய எண்களை நினைவில் வைத்துக்கொள்கிறாள்
அவள் அவற்றை அவளது பொம்மைகளைப்போல
எண்ணுகிறாள்
சிறிய எண்கள் எங்கு உறங்கும்? என்று அவள் கேட்டாள்
சிறிய எண்கள் மழைநாளில் வெளியே விடப்பட்ட
நாய்க்குட்டிகள்
போல என்று நான் சொன்னேன்

“அவை உறங்குவதே இல்லை”

சிறியவற்றின் தனிமையை அவளன்றி யார் அறிவார்?

●

எனது நாய் ஒருபோதும் என்னை வேறு ஒருவராக
நினைத்துக்கொள்வதில்லை
உறக்கத்தில் கூட.
நோயில் கூட.
மரணத்தில் கூட.
அது நாயாய் இருப்பதிலிருந்து மாறிவிட்ட பின்பும்.

●

உங்கள் சிரமங்களை இந்த மேசைக்குக் கொண்டுவாருங்கள்
இந்த மேசையில் மேலும் சில சிரமங்கள் இருக்கின்றன
பழைய நாட்பட்ட ...
ஆனால் உங்களதைவிட இந்த மேசை
சன்னலுக்கு இன்னும் சற்று அருகில் இருக்கிறது

●

உங்கள் அறிவை வைத்து நீங்கள் என்ன செய்கிறீர்கள்?
ஒரு காகிதப்படகு
ஒரு அணுகுண்டு
ஒரு பிரார்த்தனை
பழைய புத்தகத்திலிருந்து ஒரு பக்கத்தைக் கிழித்தல்
பிறகு அதை மீண்டும் அதே இடத்தில் பொருத்த முயலுதல் ...

●

நனவிலியுடன் தொடர்புகொள்வது பொய் சொல்வதின்
மூலமாகவே.
நாம் ஏன் கவிதைகள் எழுதுகிறோம் என்று நீங்கள்
கேட்டீர்கள்
அல்லவா?

●

உறங்காத தெய்வத்தைவிட்டு வெளியேறும் வாசல் என நான்
எழுதுவதைக் கண்டேன்.

●

சிறிய நண்பர்கள் பெரிய வாசல் வழியே வருகிறார்கள்
ராட்சதர்கள் எப்போதும் புல்வெளியிலேயே உறங்குவார்கள்

●

நான் என் செய்வேன்
அந்த அன்பின் முடிவில் ஒரு கேள்வி இருப்பதாக நான்
நினைத்தேன்

●

அவன் சிறுவனா
ரகசியத்தின் காப்பிக் கோப்பைகளைச் சேகரிக்கிறவன்
அவன் சிறுவனா அவன் பை முழுக்கக் குன்னிமுத்து
அவன் சிறுவனா
கல்லறைக்கு அருகில் உறங்குகிறவன்

●

இதோ இந்த நாளைப் பூட்டிவைக்கும் பாதுகாப்பறை
இதோ இந்த நாளை விடுவிக்கும் சங்கேத எண்
இதோ இந்த நாளைக் கொல்ல ஒரு எளிய ஆயுதம்
இதோ இங்கு உங்கள் பின்னால் நிற்கும் இந்த நாள்

●

குதிரைகளை அவற்றின் குளம்புகள் நீக்கப்படுகையில்
காதலிக்காதீர்கள்
அவர் இப்போது உதிர்ந்த பற்களின் அலமாரி

●

உங்கள் நனவிலியில் உங்கள் பிழைகள் பொதிந்துள்ளன
ஒளியில் உடைந்தவற்றை உங்கள் நனவிலி இருட்டில் ஒட்ட
முயல்கிறது
எல்லாம் சரிதான்
மீண்டும் உங்கள் பிழைகளுடன் கை குலுக்க
முனையும்போது
அந்தக் கை மீது ஒரு காதுள்ளதைப் பார்க்காதிருக்க
ஏனத்தனை முயன்றீர்கள்

●

குதிரைகளை நேராகச் செலுத்தலாம்
யானைகளைக் குறுக்காக
முன்சென்ற ஆயிரம் சதுரங்கங்களின் பரம்பரைக்கு வெளியே
நீங்கள் முன்னுரை கேட்க முடியாதவர்களின் பட்டியல்
நீள்கிறது
அப்பாவின் அந்தரங்க மயிரைக் குளியறையில் எதிர்கொள்ளும்
பெண் குறித்தான கவிதைகளை எழுத முடியாமலே போகிறது
இவ்விடம் உங்கள் குறிகள் நீக்கப்படும் என்ற வாசகத்தைக்
கடந்துவிட்டு திரும்பவும் வருகிறீர்கள்
ஜபமாலையின் மணிகள் தங்கள் எண்ணிக்கையை
இரட்டிப்பாக்கிக் கொள்கின்றன
ஜன்னலுக்கு வெளியே நீங்கள் விட்டுவந்த பகல்
கறுத்துக்கொண்டிருக்கிறது
எதிரியின் முற்றத்தில் ராணியும் ஞானியும் சந்தித்து
முத்தமிட்டுக்கொண்டிருக்கிறார்கள்

●

இரவு படகைக் கவிழ்த்து பகலைத் தேடியது சூரியன்
கடற்பறவைகளைத் திருடுகிறவன் ஒரு வாரமாகக்
காணவில்லை
பின்னர் வந்தான் ஒரு குற்ற நடையுடன்
புதைந்த மீன்களுக்கான வலையுடன்
கவிழ்ந்த படகு தனியே மிதக்கிறது
துணைக்கு ஒரு டால்பின் மூக்கு.

●

அப்புறம் அந்த ஓநாய் ஆட்டுக்குட்டியாய் மாறியது
ஆட்டிடையர்கள் மீண்டும் தவறாக எண்ணக்
கற்றுக்கொண்டார்கள்

●

தத்தித் தத்தி வரும் குழந்தை நட்டுவாக்களி,
கடித்தால் வலிக்குமா?
கொன்றால் சாகுமா?

●

'The ways of all Parkinsons'

கல் முகத்தில் அலைகள் எழுப்ப குழந்தை முயன்றது
Levodopa ஊர் போய்ச்சேர சற்று நேரமாகும்
இறுதியில் அது புன்னகைத்தபோது குழந்தை போயிருந்தது
அதன் கண்ணீர்த்துளிகள் பசைச்சொட்டுகள்போலத்
தொங்குகின்றன

●

மூத்திரப் புரையில் தொங்கிக்கிடந்த சர்க்கரை
நோயாளியை
செவிலி கண்டுபிடித்துக் கூட்டிவந்தாள்
ஆரோக்கிய மாத இதழ்களில் இருந்து நோயாளியின்
மகன்/மகள்/மனைவி/கணவன் எல்லாரையும் டாக்டர்
வெளியே
துரத்தினார் ஆஸ்பத்திரியில் பிறந்தநாள் கொண்டாடும்
சிறுமியின்
சாக்கலேட்டில் எத்தனை சதம் குளுக்கோஸ் இருக்கிறது
என்று
சிலர் விவாதித்தார்கள்
உப்பில்லாமல் வாழப் பழகிக்கொள்ள வேண்டும் என்று கிட்னி
நோயாளிக்குச் சொன்ன அறிவுரையை
அனைவரும் தனக்கென ஏற்றுக்கொண்டார்கள்

●

இரவு வந்ததுகூடத் தெரியாமல் நாற்காலிகள்
தொடர்ச்சியான
பிரார்த்தனையில் இருக்கின்றன
பணி நேரம் முடிந்து பல வருடங்களாகிவிட்டன என்றொரு
சன்னல்
நெற்றியில் அடித்துக்கொள்கிறது
தாவரங்களின் உரையாடலை கேட்க மறுத்து சர்ச்சுக்கு வந்த
பூனையிடம் 'இங்கு ஆட்கள் பிராத்தனை செய்கிறார்கள்'
என்ற
சிகப்பு நோட்டிஸ் தரப்படுகிறது
'எனக்குப் படிக்கத் தெரியுமா?' என்று பூனை அந்த
நோட்டிசிடமே
கேட்கிறது

●

தூக்கில் இறந்தவள் கால்கள்போல சன்னல் சீலைகளை
முடிச்சிடாதே

●

கடவுளின் ராஜ்யத்தில் யூதர்களோ புற ஜாதியினரோ
இல்லை
கடவுளின் புத்தகத்தில் அவர்கள் இருப்பதுபற்றிக் கடவுளுக்குத்
தெரியாது
கடவுளின் ராஜ்யத்தில் கடவுளின் புத்தகம் இல்லாததுபற்றி
இன்னமும் விவாதம் நடந்துகொண்டிருக்கிறது
அதுவரை துண்டிக்கப்படும் புறஜாதியினரின் தலைகளுக்குக்
கடவுள்
பொறுப்பாக மாட்டார் என்று இதன்மூலம்
அறிவிக்கப்படுகிறது
இது கடைசியாய் இறக்கப்பட்ட சுவிசேஷம்

●

தொப்பியிலிருந்து எதையும் வரவழைக்கத் தெரியாத
மந்திரவாதிகளை அவனது குழந்தைகள் மட்டும் எப்படி
நேசிக்கிறார்கள்?

●

கோமாளிக்கு மிகச் சிறிய அல்லது மிகச் சிறந்த விளக்கம்:
எப்போதும் தன் பெயர் அழைக்கப்படாத வரிசையில் போய்
நிற்பவன்

O

கோமாளிக்கு சிறிய கால்கள் பெரிய பூட்சுகள்
மிகப்பெரிய தலைக்குக் கவனமில்லாமல் தைக்கப்பட்ட
                                                             மிகச்சிறிய
தொப்பி.

O

என் அம்மா ஒருபோதும் ஒரு கோமாளியைப்
                                      பெற்றெடுக்கவில்லை
என்றான் அவன்
தனது சிகப்பு மூக்கைத் திருத்தியபடியே
வினோதமான உண்மை இது.
அல்லது கேள்வி?
அம்மாக்கள் ஒருபோதும் பிரசவிக்காது
இத்தனை கோமாளிகள் இப்புவி மீது எப்படி வந்தார்கள்?

O

நான் என்ன செய்வேன்?
நீங்கள் பரிகாசிக்கும் இந்த உடையைத் தவிர வேறெதுவும் என்
நிர்வாணத்தை மூட நீங்கள் தரவில்லை

O

கோமாளிக்கும் தாயில்லை உங்கள் கடவுளைப் போலவே...

O

மேசைகள் என்னைவிட உயரமாக இருந்தன
தெரு நாய்கள் என்னுடன் சமமாக நடந்தன
நான் மனிதர்களுடன் பேச விரும்பினேன்
அவர்கள் ஒரு கோமாளியைக் காண விரும்பினார்கள்

O

சபைக்கு அழைக்கப்படாதவர்கள், சபைக்கு வெளியே
நிறுத்தப்பட்டவர்கள்
இவர்களுடன் சேர்ந்து அரங்கைக் கவிழ்க்கும் வாய்ப்பும்கூட
ஒரு கோமாளிக்குத் தரப்படுவதில்லை

அவன் உள்ளே அழைக்கப்படுகிறான் ஆனால் அவனுக்குக்
கவனமாக

நாற்காலிகள் மறுக்கப்படுகின்றன
அவன் பாதி கட்டப்பட்ட வீடுபோல நிற்கிறான்
இதன்மூலமாகக் கன்னி நிலங்களின் தூய்மையும்
அவனிடமிருந்து பறிக்கப்படுகிறது
பாழ்வீடுகளின் வசீகரம் மட்டுமே அவனிடம் இப்போது
உள்ளது

அவர்கள் அவனைப் பாடச் சொல்கிறார்கள்
மிகக் கவனமாக நடுப்பாடலில் எழுந்துபோய்விடுகிறார்கள்
அவன் நடுச்சபையில் உலர்ந்துபோன நதி போல் நிற்கிறான்
அய்யன்மீர் அடுத்தமுறை முடிக்கப்படாத ஓவியங்களை
நீங்கள் காணும்போதெல்லாம் இதை நினைவில்கொள்ளுங்கள்
அவை முற்றுப்பெறாத சித்திரங்கள் அல்ல
அவை யாவையும் கோமாளிகளைப் பற்றியவை.

◯

ஒரே ஒரு ஆறுதல்தான் கோமாளியின் கடைசிப்பாடல்
நாயகனின் கடைசிப் பாடலைவிடத் துயர் குறைந்ததுதான்
உண்மையில் கோமாளியின் முதல்பாடலைவிடக் கோமாளியின்
கடைசிப்பாடல் ஒளியும் மகிழ்வும் நிரம்பியது
அவன் தன்னை அவமதிக்கும் அரங்கிலிருந்து அந்தப் பாடல்
மூலமாக வெளியேறுகிறான்
திரை விழுந்ததும் அரங்கில் நிலவும் மொத்தத் துயரையும்
ஒரு சிலுவைபோல அவன் வாழ்க்கை முழுக்க ஏந்தி
வந்திருக்கிறான் கடைசிப்பாடலுக்குப் பிறகு அவனை
மீண்டும் ஒளி தொடுகிறது
இனி அவன் கோமாளியில்லை அவன் காத்திருக்கிறான்
திட்டிவாசலருகே தனது கடைசிப் பாடல் மூலம் புதிய
கோமாளியாகிவிட்ட நாயகனை அழைத்துச் செல்ல...

●

ஆளரவமற்ற சாலைகளில் கவி சாகிறான்
முற்றிலும் அன்னியர் நடுவே தீர்க்கதரிசி சாகிறான்
கதைசொல்லியின் சாவு அவன் கதைகளின்
ஒரு சொல்லைக்கூட நம்பாத அவன் பிள்ளைகள் காண

●

பழமொழிகளைச் சொல்கிறவன் மரணத்துக்கு முன்னால்
ஒரு கணம் வானோக்கித் தலை உயர்த்தி
"பிதாவே நான் சங்கீதக்காரன் இல்லையா?" என்று கேட்டான்
பிதா துக்கித்து மௌனமாக இருந்தார்

●

எட்டிமரத்தைச் செய்த கை எதைக் கசப்பென்று சொல்லும்?

●

குழந்தைகளின் பொம்மைகளைக் கடத்திப்
போகிறவர்கள்தான்
எல்லா திருவிழாக்களையும் நிரப்புகிறவர்கள் என்பது
உங்களுக்குத்
தெரியும்தானே?

●

தழுவும் கால் ஒன்றும் சவட்டும் கால் ஒன்றும்
ஆனைக்குண்டு
அமிர்தநிலை தங்கும் புள்ளிகள் அறியாச் சிறுவர்கள்
அருகில் செல்லாதிருத்தல் நன்று.

●

அவர்கள் இவர்களுடன் நண்பர்கள்
இவர்கள் அவர்கள் குதிரையில் போனார்கள்
அவர்களும் இவர்களும் கழுதைகள்
கழுதைகள் காலாற நடந்த காலம் போயிற்று
புதருக்குள் கவனமாய்ப் புள்ளி வைத்துக் காத்திருப்பது
புலிதானோ?
அல்லது புழு தின்னும் மீனோ?

●

செப்புக் குதிரைக்குள் ஈராயிரம் சிப்பாய்கள்
குதிரை தமிழ் பேசும் கிரேக்கம் பேசும் வடமொழி பேசும்
மேடையேறிப் புரட்சியும் பேசும்
சிப்பாய்கள் எதையும் பேசமாட்டார்கள்

●

உள்ளிருக்கும் தெய்வம் உக்கிரமானது
உங்கள் நாக்குகளை இங்கே விட்டுச்செல்லுங்கள்

●

உங்களது பழைய நைந்த தலைகளை மாற்றிக்கொண்டு
புதிய தலைகளைக் கொடுக்கிறார்கள் எனினும்
ஏனோ அங்கே போகாதீர்கள்

●

தூரத்து ஊருக்குப் பழைய கார்களில் போ என்பது
அடிப்படைப் புத்திசாலித்தனம்
நினைவுகொள் இவற்றை உன் பள்ளிகளில் சொல்வதில்லை
பக்கத்து ஊர்கள் என்றுமே புதியவை
தூரத்து ஊர்கள் துருப்பிடித்தவை

●

என்னய்யா கதைக்கிறீர் இது எனது தலைதான்
நான் பிறந்ததிலிருந்து இதை வைத்திருக்கிறேன்

●

அண்ணன் பல வருஷம் அரசாங்கப் பணியில் அதிகாரியாய்
இருந்தார் பணி நிறைந்த மறுநாளிலிருந்து பளிச்சிடும்
அறிவாளியானார் பத்திரிகையில் எழுதினார்
தொலைக்காட்சியில்
காட்சியளித்தார் அண்ணன் தன் வாழ்நாளின் பெரும்பகுதி
தன்
அலுவலகத்தின் குப்பைக்கூடையில் ஒளிந்திருந்தார் என்று
சிலர்/அவர் சொல்வார் எனினும் அரசாங்கம் தனது
குப்பைக்கூடையைச் சமூகத்தின்மீது கவிழ்த்துவிட்டது
என்றும்
பலர்/இவர் சொல்வார்
குப்பைக்கூடைகள் பேசுவது ஒன்றும் பெரிய வித்தையில்லை
என்பார் மந்திரவாதிகள் சங்கச் செயலர்

●

மாட்டுக்கேது ஜோலி? மாடாய் இருப்பதே மாட்டின் ஜோலி.

○

சுக்கில நீதி யாவர்க்குமாம் கத்தி கழுத்தருகே வரும்வரை
தழை உண்ணுதல்

●

பாறைகளை அணுகும்போது அருவிக்கு அதிகவேகம்
வந்துவிடுவது போல் தோன்றுவது காட்சிப்பிழைதானாம்.
●

நாணல்புதர் குளிரில் நடுங்குதென்று சொல்லி நான்கு முழம்
வேட்டியும் கசவுப்புடவையும்
நதி நடுங்குதல் நிறுத்த துளைந்துப் புனலாட்டம்.
●

தொட்டில்மீது தூசியைத்தான் தாங்கவே முடியவில்லை
○
தொழிற்சாலைகள் உறங்கும்போது எழுகிறது ஒரு பிண நெடி.
●

தெருவிளக்கை இருட்டு குட்டித் தலைகுனிய வைத்தது
●

இந்த ஊரில் மட்டும் அசலைவிட வட்டி அன்பாக இருக்கிறது
●

பெரிய படிக்கட்டைச் சார்த்தி
ஒரு குழந்தைப் படிக்கட்டென இந்த இதழ்.
●

உங்கள் வழிகளைக் கோணலாக்குகிறவரை கடைசென்று
வாங்கவேண்டுமா?
●

சிறிய எண்கள் உறங்கும் அறை

மாண்ட்ரேக்கின் மண்டையோட்டுக்கு ஒரு மாஜிக்கும்
தெரியவில்லை

●

அதிகாலையில் மீண்டுமொரு முறை ரயில்வே ஸ்டேஷன்
தன்னை
ஒரு வசிப்பிடம்போல மாற்றிக்கொள்ள முயல்கிறது
இரவுகளின் பெண் விடிகாலையில் குளிக்கிறாள்
குளியிட்டுக் குறியிட்டு சந்தனப் புடவையிட்டு ரசம்
வழிந்துபோன கண்ணாடியில் ஒருமுறை பார்க்கிறாள்
ரயிலில் காத்திருக்கும்போது நான்குவரி நோட்டுப்புத்தகத்தில்
மீண்டும் எழுதிப் பார்க்கிறாள் 'ஸ்ரீராமஜெயம் அல்லது
கன்னிமேரியை நோக்கி ஒரு பிரார்த்தனை
அல்லது நெருநல், கடைசி வாடிக்கையாளன் வந்துசென்ற
பிறகு தோன்றிய ஒரு கவிதை
வெயில் அவளது நெற்றிச் சுருக்கங்களைத் தடவிப்
பார்க்கிறது
அவளது படுகளங்களின் கணக்கு அது
எழுதி முடித்தபிறகு அவள் ஒரு கணம் வெளியே பார்க்கிறாள்
வீறிட்டழும் மகவைச் சரிபண்ணும் ஒரு தாயை
யாரோ சொல்லிச் செய்ததுபோல நெற்றிச் சிகையை
ஒதுக்கிக்கொள்கிறாள்
கன்னத்தைத் தடவிக்கொள்கிறாள் சரியாக
பராமரிக்கப்படாத நூலகம் போன்ற அவளது
நினைவடுக்குகளில் தேடுகிறாள்
நோய் முத்தங்களுக்கிடையே ஒளிந்திருந்தது
அப்போது பிறந்த சூட்டோடு நடுங்கும் கால்களில் நிற்கும்
ஒரு கோழிக் குஞ்சைப் போன்றதொரு பிள்ளைமுத்தம்
நேற்றைய நாளின் கடைசி ரயில் நீண்ட பெருமூச்சுடன் வந்து
நிற்கிறது 'இனி வாழேன், என்பதுபோல
இன்றைய நாளின் முதல் ரயில் ஒரு உற்சாக விசிலுடன்
புறப்படுகிறது
'இனி நான் உலகை வெல்வேன்' எல்லோருக்கும் சேர்த்து...

●

உங்களுக்குத் தெரியவில்லை வானத்தில் சாலைகள் உள்ளன
சாலைகள் உள்ள தடங்களில் மட்டுமே பறவைகள்
பறக்கின்றன
இந்திரனின் கண்கள்போல வீழும் மழைத் துளிகள் இறங்கத்
தனியாகப் பாதைகள் உள்ளன
காண மிக எளிதாகத் தோன்றும் சிறுமியின் உள்ளங்கைக்
குழிக்குள்
ஒரு மழைத் துளி எதேச்சையாக வந்து சேர்வதில்லை
உங்களுக்குக் குறைந்தபட்சம் தெரிந்திருக்கலாம் குருடர்கள்
காலறியும் வழிகள்
நாட்கள் சரியும்போது உலகத்தின் ஆதிப்பெரும் கண்ணின்
முன்னால் அவர்கள் களைத்து நிற்கும்போது அவர்கள்
பாதங்களைத் தழுவும் நுரைகளை ஒருவர் கவனமுடன்
செலுத்துகிறார்
எப்போதும் நீங்கள் மறந்தவைக்கு ஒரு கணக்குண்டு
அவை நிறை மீறும்போது நான் உங்களுக்காகக் கவிதைகள்
எழுதத் தொடங்குகிறேன்

●

பூட்டிய வீட்டுக்குள் நூலாம்படை தவித்துப் புலம்பி
அங்குமிங்கும் அலைந்து வெளியேற முயன்றிருக்கிறது

●

பழைய கைகள் புதிய முகங்களுக்குச் சமமானவை அல்லது
மேலானவை
பழைய கைகளுக்குப் புதிய முகங்களின் அழகுண்டு
கூடுதலாய் தூபம் நிறைத்த வீடுபோல ஒரு மறைவழகும்
பழைய கைகள் செய்தவை நீங்கள் முத்தத் துடிக்கும் இந்தப்
புதிய முகங்கள்

●

நட்சத்திரங்கள் முன்பாக தவிர வேறு எதன் முன்பும்
தாழ்வுணர்ச்சி அடையாதீர்கள்
உறுதியுடன் இருங்கள்
நட்சத்திரங்கள் எல்லாம் கொண்டுவரும் நட்சத்திரங்களை
அடைய
உங்களுக்குத் தேவையான காலத்தையும்
●

குருடர்களின் பிரார்த்தனைகள் எந்தத் திசை நோக்கிச்
செல்கின்றன?
●

கிளம்பிய எல்லா கப்பல்களும் மனிதனை அடைந்தன
மனிதனுக்குத் தலைசாய்க்க துறைமுகங்கள் தேவையில்லை
ஒளி எப்போதும் ஒரு விதை வடிவில் இருக்கிறது
விதை வடிவத்தில் ஒடுங்குகிறது
எல்லா விதைகளும் அவிழும்போது மனிதனுருவை
அடைகின்றன
எல்லா விதைகளும் அடைய வேண்டிய உயரம் அது
நீங்கள் கடல் குறித்து அஞ்சத் தேவையில்லை
கடலைத் தன் காலணியாகக்கொண்ட மனிதர் உண்டு
உங்களுக்குத் தேவையானதெல்லாம் ஒரு மனிதர்
சொல்லியதுபோல மிகச்சிறிய அளவு விசுவாசம்.
●

கண்ணாடி கண்ணாடியைத் தொட்டுக் கண்ணாடிகளுக்கு
வந்து சேர்ந்தது ராணுவங்கள் இவ்விதம்தான் உருவாகின்றன
●

ஒவ்வொரு கவிதை முடிவிலும் மின்விசிறி துரிதப்படுகிறது
●

இளமையின் கடிகாரம் குறுகி சுழல்படிக்கட்டுகளில் திருகி
அந்தியில் வான் நோக்கித் தனியாக விடப்பட்ட கைபோல...
●

பாம்புப் பிணைகள் போன்று கிடந்த பின்பான காலைகளில்
கண்ணாடிகளை
நமது கருத்தத் தலைமயிரால் திடுக்கிடவைக்கிறோம்.
●

மூப்பு வரிசையின்படி தழும்புகளைத் தடவிக் கொடுத்தல்.
மின்கம்பியில் அமர்ந்த முதல் குருவியைக் கண்டுபிடித்தல்.
காவலாளிக்கு முன்பே வந்து பள்ளிவாசலில் அமர்ந்திருக்கும்
சிறுமி அவளது கால்ஷூவில் பொறுமையின்றி ஆடும்
ஆரஞ்சு வண்ணக் கயிறு.
●

தண்ணீருக்குள் மனுஷனுக்குப் புதுக்கணக்குத் துவங்குகிறது
மீனுக்கு வானில்
அம்மே பகவதி இப்படி வாசலைச் சாத்திக்கொண்டு நீ
சிரித்தால்
பக்தனுக்கு எப்படித் தெரியும்!
●

சிறிய எண்கள் உறங்கும் அறை

சன்னல் கம்பியில் ஒரு கை
கதவுத் திறப்பில் ஒரு கை
நள்ளிரவுக் கூடலில் விளக்கை நோக்கி நீளும் ஒரு கை
கண் விழிக்கும் முன்பு கிணற்றடியில் அந்தரங்கம் கழுவும்
ஒரு கை வித்துகள் மொத்தமும் பறித்துக் கீழ்ப்பட வீசும் ஒரு கை
யக்ஷியின் கைகள்,
உலகு கால் கொண்டு உருளும் சக்கரம்

●

ஆகவே சகத்தார் கவிவரைவோர் நரம்பொடித்தார் கால்கட்டி
எழுப்பிய கோபுரம் உடைத்தார் நேபுகாத்நேசர் வந்து
திரும்பக் கட்டினார் எனினும் வேதத்தில் உள்ளது
உடைத்தது மட்டுமே

நம் கவி இரவெல்லாம் தட்டிவிட்டு விடியலில் திண்ணையில்
தூங்குவார்

அவர் நித்திரையைத் தாண்டி நீளும் பாதம்பற்றி உணர்ச்சியுடன்
உரைப்பார் “உண்ணாக்கு உலராதிருக்க எந்த நாக்கிலும்
வீழாத ஒரு துளித் தண்ணீர் இடிவிழுந்த பாறையில்
தேங்கும் பூநீர்”

என்ன சொல்வாள் தமிழ்க்குமரி?

கற்பென்பது களைப்படைந்த யோனியிலிருந்து சொட்டிய
ஒரு சொல் என்பதைத் தவிர?

●

அவரோ சாமத்தில் ஒலியுடன் வீழும் தென்னம் மட்டை
இவளோ அறைக்குள் அந்தரங்கத்தின் மீது இடப்படும்
முத்தம் அலரோ?

●

தெருவிலே நிற்கிறேன்
காலையில் பிரிந்துபோன சாலை இரவில் களைத்துத்
திரும்ப வருகிறது
தெருவென நிற்கிறேன் மீள ஏறிக் கொள்கிறது
சத்தம் போட்டே சிரிக்கிறது நடுச்சாமத்தில் கூகை ஒன்று

●

ஒரு நல்ல முழு நிலவு இரவில் பனை மரம்
தன்னைவிட்டு எங்கும் போய்விடக் கூடாது என்ற
நிபந்தனையுடன் ஒரு நிழலை வரைந்தது
பனை மரங்களின் பிரார்த்தனைகளை நிலவு என்றைக்குக்
கேட்டிருக்கிறது? என்று முணுமுணுத்தது பச்சைக்கிளி

●

ராமகிருஷ்ணன் வாலைக் கட்டிக்கொண்டு மரம் மேலேறி
ராமநாமம் ஜெபித்தான்
பிணம் என்று சொல்ல நீட்டிப் படுத்துக்கொள்வான் கவி
சிலநேரம் எழுந்திருக்க மறந்தும் போவான்
எப்போக்காயினும் திணையேனும் கொண்டுவருக அவன்
சுண்டு நனைக்க நீர்.

●

அருவியை உருவிக் கட்டியதுபோல ஒரு சேலை
எத்தனை காலம் கடந்துவிட்டது பனம் பழங்கள் முற்றுவதற்கு
பரல்முல்லைக் காடு மலர்வதற்கு?
எத்தனை காலம் கடந்துவிட்டது இப்படியொரு ஆடையும்
ஒப்பனையும் உனக்கு அமைவதற்கு?
பிணப்பெட்டிகளையும் தாண்டி கறையான்கள் துளைத்துவரும்
எத்தனை காலம்?

●

முத்தம் போடும்போது கண்ணை மூடிக்கொள்வது போல்
நிலவு நீளும்போது நிழல் சுருங்குகிறது

●

சுள்ளி முறிந்து அடுப்பின் வாயிலேயே விழுந்தது காலையில்
எழுந்ததும் கேட்டது விறகெல்லாம் காடான சேதிதான்

●

ஒரு சிறிய மஞ்சள் மாத்திரை வெளிச்சத்தை அளிக்கிறது
அல்லது கோடையின் அதிக வெளிச்சத்தின் மீது ஒரு திரையின்
நிழலைக் கொண்டுவருகிறது
அறையை ஒழுங்குபடுத்துகிறது
உங்கள் புத்தகங்களை அடுக்கிவைக்கிறது நீங்கள் மறந்து
போயிருந்த நடிகையின் பெயரைக் கொண்டுவருகிறது
அது ஒரு சிறிய மஞ்சள் மாத்திரையாக மட்டும்
 இல்லாதிருந்தால்
என்று நான் புன்னகையுடன் நினைத்துக்கொள்கிறேன்
அந்தப் புன்னகையைக் கவ்வி வந்ததும் அந்த மஞ்சள்
மாத்திரைதான் என்று சொன்ன மருத்துவரை வெறுக்கிறேன்
அவர் நினைவாக அந்த மஞ்சள் மாத்திரைகளில் ஒன்றை
மட்டும் எடுத்து வெளியே எறிகிறேன்

●

வருடத்துக்கொரு முறை பிணங்களை எழுப்புதல்
வருடத்துக்கொருமுறை பிணங்களோடு கூடுதல்
இரவில் சம்சாரி உறங்கியபின்பு அவன் அடுக்களையிலிருந்து
எழுந்துவரும் தீபோல நடந்துகொள்ளுதல்
என் மக்களே என் மக்களே தீ நடக்கும் வழியிலா உறங்குவது?

●

இந்தச் சிகப்பு வானத்தில் கிடையாது இந்தச் சிகப்பு பூமியைத்
தொடாது இந்தச் சிகப்பை சைத்திரிகர்கள் அணுகுவதில்லை
இந்தச் சிகப்பை பால்வெளி அனுமதிக்காது
இந்தச் சிகப்பை உங்கள் முதல் மாதவிடாயின்போது
பார்த்திருக்கலாம்
இந்தச் சிகப்பை நீங்கள் செய்த முதல் கொலையின்போது
அறிந்திருக்கலாம்
இந்தச் சிகப்பை இந்தச் சிகப்பு என்று அறியாதவர்கள்
ஒருபோதும் இந்தச் சிகப்பைத் தொடாதீர்கள்

●

முற்றிய நெல்கதிர் கோதும் குருவி மெத்தென தசைக்க
                                             அலகு பூட்டி
நிற்கும் இத்திடம் இல்லாதார் இக்கணம் நீங்குக
இக்குணம் இல்லாதார் இழிந்தோம் என்று இரங்குக
பற்றிய இரைக் கூச்சல் கேட்டுப் பதறும் கால்கள்
களர்தரைபட உதிர்ந்தழியும் என்றறிக வெட்டிய விரல்கள்
கொண்டு செழித்தது இந்நிலம்
இரவில் நம் வீடுவரை வந்துநின்ற பாதங்கள் கொண்டு
கடைந்தது நும் தேர்
ஆயிரம்வாய் மாலுக்கு எத்திசை நோக்கினும் இரைகள்
ஓடும் வாக்கில் துணித்த கால்கள் கொண்டு சமைத்தது நம்
கோபுரம் அந்தியில் ஒரு நோய்போல வரும் இக்குளிரை
நீக்கி மூட்டுக இன்னமும் தசை இழுத்துண்ணும் தீ.

●

விறகெப்படி நெருப்புக்கு ஆடையாகும்?
கவி எழுந்ததும் விளக்கு மங்கத் துவங்குகிறது
உங்கள் கண் பொறுக்கிற அளவு ஒளி என்ற வாக்குறுதியுடன்
வருகிறவன் கள்ளத் தீர்க்கதரிசி

●

நீங்கள் நினைப்பது போல் இல்லை துறவிகள்
கண்ணாடிகளை உடைக்கிறார்கள்
ஒரே விரலில் இரண்டு நகங்கள் வளர்க்கிறார்கள்
ஒவ்வொரு சொட்டையும் மீளத் தந்துவிட்டே நதியிலிருந்து
கரையேறுகிறார்கள்
மரத்தின் நுனிக்கிளைகள் அவர்களுக்கானவை அவர்கள்
பறிப்பது
எப்பொழுதும் வசந்தத்தின் கடைசி மலராகிவிடுகிறது
தற்செயலானதொரு சாலையில் அவர்கள் கடவுளைக்
காண்கிறார்கள் ஒரு குழந்தையைத் தூக்கிவிடும்பொருட்டு
அவர்கள் அவனை யுகத்தின் இறுதிக்கு ஒத்திவைக்கிறார்கள்

●

பூனைகள் கண்ணிடுக்கி சலிப்பாகப் பார்க்கும் சமுத்திரத்தில்
வீழ்ந்து சாகிறவர்களைப் பற்றிச் சொல்ல ஒன்றுமில்லை

●

அத்தரமோ? என்றால் அத்தரம்
கண்ணாடியைப் புறக்கணிக்கும் நட்சத்திரம்.
ஆம்பல்களின் வானம் அடைப்பாசிக் குளம்
வேர்களில் முண்டும் சிக்கல்
பறவைகள் பெய்யும் வானில் கணக்குகள் நிற்பதில்லை
சகதிக்குள் கிடக்குது ஆயிரம் விடைகள்
பிணக்குழி தோண்டி என்று நீ என்னை விளித்தது சரிதான்
நீ உறங்கவில்லை இறந்து கிடந்தாய் நானென் செய்வேன்?

●

இரவில் முற்றத்தில் சகதியில் நின்றிருந்திருக்கிறது ஒரு குளம்பு
கொண்ட உயிரினம் உடன் தரையில் முத்தமிட்ட ஒரு தடமும்
●

உன் கருப்பைக்குள் நீளும் கையை மட்டும் மிருதுவாக்கக்
கொடுத்திருக்கிறேன்
●

காப்பாற்றும் கத்தியைப் பல் விளக்கிக் கூட்டிவர சற்று
நேரமாயிற்று
○

கசாப்புக் கடைக்காரர்களின் உரிமைகள் பற்றிய புத்தகம்
எப்போதும் அச்சில் இருக்கிறது
●

அவன் கனவில் தினமும் வயலில் கால்களை நட்டுக்
கொண்டே போகிறவர்தான்
சிறுவயதில் ஓடிப்போன அவனது அப்பா என்று மனநல
மருத்துவர் சொன்னதை அவன் அம்மாவிடம் சொன்னான்
அவனது சிறுத்த கால்களை வருடியபடியே அவள் சொன்னாள்
"உன் அப்பா இன்னமும் ஏன் உன்னைவிட்டு ஓடிக்கொண்டே
இருக்கிறார்? என்று அடுத்தமுறை அவரிடம் கேள்"
●

நான் உன் புறக்கணிப்பிலிருந்து எழுந்த கடவுள்
உன்னையெப்படிக் காப்பாற்றுவேன்
●

உன் நகைப்பெட்டியைத் திறந்து எனது முத்துக்களை வைக்க முயல்கிறேன்
அறிவிக்கப்படாத இடத்தில் முத்துகள் வெட்கிச் சிவந்தன
நதி எழுந்துவந்து கரைகளின் மடியில் அமர்ந்தது
கரையோர மரங்கள் நதியை அறிந்தன
கிளைகள் தங்கள் ஆடைகளை நாணத்துடன்
இழுத்துக்கொண்டன
ஒரு உதிர வர்ணப்பறவை நீரின் சிறகுகளை நம்பிப் பாய்ந்தது
குளிர்சாதனப்பெட்டி தன் விரல்களை எண்ணிப் பார்த்தது
நீலநிறத்தில் ஒரு ஐஸ்கட்டி நம் உடைகளில் ஊர்ந்தது
உன் உடலுக்குக் கீழே புதைந்த ஒரு உடையைக் கடைசிவரை நாம் கண்டுபிடிக்கவேயில்லை

❍

உனது ஒவ்வொரு கால் மீதும் ஒவ்வொரு கால்வைத்து
உன்னை வளைத்து இறுக்கிக்கொள்ளும் ரயில்ப் பூச்சி நான்

❍

இந்தக் கள்ள விளையாட்டு தரும் கண்கள்
திறக்கும் புதிய சருமத் துளைகள்
வனத்தைப் புதிய மிருகங்களுக்கு அனுமதிப்பது
பழைய மிருகங்களைக் குகையில் அடைப்பது
மீன்கள் விரும்பும் தடங்களில் நீரோடைகளை அனுப்புவது
ஒரு பெரிய வீட்டை சிறிய வாசலுடன் கட்டத் துவங்குவது
சுற்றுச்சுவரின் மீது இரவுகளில் ஒரு பூ வைப்பது
மாற்றுச் சாவிகளுக்குச் சரியான எண் தருவது
குளித்துவாலைகளாக நம் உடல்களை பயன்படுத்திக் கொள்வது
மூடிகள் இல்லாத போத்தல்களைச் செய்துகொண்டே இருப்பது
மழையைப் பெய்துகொண்டே இருக்கச் சொல்வது
ஓரிரவுக்கு மட்டும் நம் உள்ளாடைகளையும் பெயர்களையும் மாற்றிக்கொள்வது

●

அவ்வளவு நிச்சயமில்லை எல்லோரையும் போலத்தானே
கேட்டுக்கொண்டிருக்கிறேன் ஏன் எனக்கு இப்படி நிகழ்ந்ததென
ஏன் நான்?
உண்மையில் எவ்வளவோ பரவாயில்லை
என்னால் கவிதை எழுத முடிகிறது
என் மகளை எனக்குத் தெரிகிறது
அவள் புன்னகைக்கும்போது நான் புன்னகைக்கிறேன்
அவளுக்கு வலிக்கும்போது என்னிடம் சொல்கிறாள் நான்
அழுகிறேன் கருணை பற்றிப் பேசிக்கொண்டிருந்தோம்
உலகில் இரண்டு விதிகள் உள்ளன
காரணகாரிய விதி கருணையின் விதி
கருணையின் விதி உண்மையில் ஒரு விதியல்ல
கவிதை எப்படி ஒரு கணக்கல்ல என்பதுபோல
கவிதை அறிவியலும் இல்லைதானே
பிறகு நீங்கள் அதை எவ்விதம் சந்தையில் தேடுகிறீர்கள்?
ஆனால் வியக்கும்விதமாக அது சந்தையிலும் தென்படுகிறது
பொதுவாக இப்போது எனக்குக் களைப்புதான் இருக்கிறது
கருணையின் மீது கூட
நான் எப்போதும் உறங்க விரும்புகிறேன்
எவ்வளவு களைப்பெனில் நான் உறங்குகையில் மழை
பெய்திருக்கிறது
அது என்னைப் பெரிதாகப் பாதிக்கவில்லை
நீங்கள் உறங்குகையில் பெய்யும் மழை கருணையின்பால்
படுமா ஒரு மின்மினிப்பூச்சி வந்து வெகுநேரம் என் சன்னல்
கம்பியில் அமர்ந்திருந்தது
ரொம்ப வலிக்கும்போது Gabapentin ஒரு
மின்மினியைப்பூச்சியைப் போலவே ரத்தத்தில் குறிப்பிட்ட
நேரம் அமர்ந்திருக்கிறது
அது பறந்து போகிறவரை நான் அதைக் கவனிப்பதில்லை

●

உலகத்தைப் பற்றி அதிகம் குறை சொல்வது ஒரு ஆளுமைப்
பிழையாகும்
நம்மால் எதைப் பற்றியும் உறுதியாகக் கூற முடியுமா
நம்மிடம் இருப்பதெல்லாம் கொஞ்சம் மொழி
அதிலும் சமத்துவமில்லை
வலியும் ஆரோக்கியமும் இரண்டு மொழிகளாக இருப்பது
ஒரு பிரச்சினை
குதிரைகள் ஓடும்போது கால்களைப் பற்றி
நினைத்துக்கொள்வதில்லை
கால் உடைந்தபிறகு ஓடுவதைப் பற்றியே
நினைத்துக்கொண்டிருப்பதில் ஏதேனும் புத்திசாலித்தனம்
உள்ளதா? வெறுப்பும் நேசமும் ஒரே கூட்டில் பிறந்து
இரண்டு வெவ்வேறு திசைகளில் பறந்து செல்கின்றன
கூடடைவது எதுவென்பது நிகழ்தகவுக் கணக்கு
எனினும் பொதுவாகவே வெறுப்பின் சிறகுகள் அதிக பலம்
கொண்டிருக்கின்றன
அது தன் வழிகளை மறப்பதில்லை
எந்த இரவிலும் சரியாக வீடடைகிறது
அது ஒரு கோடைமழையிரவில் ஒற்றைப்பனை மரத்தடியில்
நாம் தங்கி நிற்கிறோம்
அதைவிட நாம் நடப்பது நல்லது நடப்பது ஆன்மாவுக்குக்
கூட நல்லது அதன் கால்களும் வலுப்பெறுகின்றன
பயணம் நெடிது
ஒற்றைப்பனை மரங்கள் களைப்பிலும் வெறுப்பிலும்
யார் விட்டுச்சென்ற கால்கள்?

●

நான் எப்போதும் திரும்பிப் போகும்போது கவனமாக
எதையாவது விட்டுச் செல்வேன்
மறுபிறவிகளில் உயிர்த்தெழுதல்களில் மனிதனது நம்பிக்கை
அபரிதமானது
ஆனால் ஒருவர் உயிர்த்தெழ அவனது ஏதோ ஒன்று
வியர்வை படிந்த உள்ளாடையோ எச்சில்ப்படிகமோ
தேவைப்படுகிறது
அவனால் காற்றிலிருந்து உருவாக முடிவதில்லை
மணலிலிருந்து உருவாக்குவது கடவுள் வேலை
வாழ்க்கையைச் சேமித்துக்கொள்ள மனிதர்கள் சரியான
பாத்திரமாக மாட்டார்கள்
மனிதர்கள் முத்தமிட்டதும் உதடுகளைத் துடைத்துக்
கொள்கிறார்கள் மனிதர்கள் முத்தங்களை மறந்துவிடுகிறார்கள்
நான் திரும்பிப்போகும்போது கவனமாக எதையாவது
எடுத்துச் செல்வேன்
அநேகமாக கொடுக்காத முத்தமொன்று ...
அதன்மூலம் நான் உனக்குத் திரும்பும் வழியைத் திறந்தபடி

●

முற்றிய நெல்கதிர் கோதும் குருவி மெத்தெனத் தசைப்ப
அலகு பூட்டி நிற்கும்
வானகத்தே வடக்கு நோக்கி வேகமாய் தலை தாழ்த்தி ஓடும்
வெறியானைகள்
வேறிடத்தே மழையாய் இறங்கும் மாமரத்தைத் தாக்கி
வீழ்த்தும் முன்பு இடி நீண்ட இடத்தில் ஒரு கணம் காஷ்ட
மவுனம்
மின்னல் துளும்பி விண் சிரைகளில் பாய்ந்தோடி யாரும்
பறிக்காத ஒரு நீலப்பூ ஆனது
படுக்கையில் தேங்கிக் கிடந்த கலவிபின் நிர்வாணி
அதை சன்னல் வழியே ஆதூரத்துடன் பார்க்கிறாள்
காய்த்தே நிற்கும் ஓவியங்களைச் சாக்கடையில் எறிந்து
அவன் ஓவியனானான்

●

கடவுளுடன் பொறுமையாக இருங்கள் உலகின் அதி
மூத்தவர் உங்களுடன் சேர்ந்துவரக் காத்திருங்கள்
பட்டாம்பூச்சிகளைப்போலத் துடிக்காதேயுங்கள்
துடிப்பவற்றின் ஆயுள்காலம் நீங்கள் அறிவீர்கள்
உங்கள் மணிக்கட்டுகளை உற்று நோக்குங்கள்
இந்தப் பட்டாம்பூச்சி எப்படி உங்களுக்குள் புகுந்தது?

●

அவள் தன் நாடிகளை அறுத்துக் கிண்ணத்தில் சேமித்தாள்
கிண்ணத்தின் கூரிய சிகப்பு எல்லாவற்றையும் மறைத்தது
நான் இறந்தபிறகு என்று குறிப்பிட்டு ஒரு கடிதம் எழுதினாள்
நான் அதை ஒரு வெள்ள நாளில் சுமந்து சென்றேன்
பழுப்பு நீரில் என்னுடன் மிதந்து வந்தன பத்தாயிரம் கடிதங்கள்

●

எது மரம் எது மரம் நிழல் சொட்டா இந்தக் காட்டில்
எது மரம் எது மரம்

○

வனத்தில் நெகிழும் தீ முதலில் எவ்வளவு மென்மையாக
இருந்தது! ஒரு சிகப்புப் பட்டுத்துணியைப்போல.
முதன்முதலாக அதைப் பார்க்கும் மான் குட்டிகள் எப்படி
மயங்கி நின்றன!
தாய்விலங்குகள் தங்கள் தழும்புகளை நினைத்துக்
கொள்ளாவிட்டால் எது மிஞ்சியிருக்கும்?

●

நான் நினைத்துக்கொள்கிறேன் மழைநாளில் அந்திகள்
கண்ணுக்குத் தெரிவதில்லை
மழைநாளில் மறைந்துபோவது துயரமானது

●

மனிதன் இறந்தபிறகு செடிகளை அணுக முடியும்
மனிதன் இறந்தபிறகு செடிகளாவான்
இறந்த பிறகே.

மாலை நடைகளில் தோன்றவில்லையா உங்களுக்கு
நீங்கள் தொட்டாலும் விலகிப்போகும் செடிகளைக்
கண்டபிறகு... மனிதா வனங்களை அறிய இறந்து போ

●

ரயில்ப்பெட்டிகளை பண்ணிக்கொண்டிருந்தான்
ரயில்ப்பூச்சிகளை பண்ணு என்று கட்டாயப்படுத்துகிறார்கள்
இழவு
பண்ணி முடித்ததும் அது அவனை லவ் வேறு பண்ண
ஆரம்பித்துவிடுகிறது
எல்லாக் கால்களாலும்

○

சீனர்கள் நெடுநேரம் லௌ பண்ணுகிறார்கள் நிலாவை
என்று அவர்கள் கவிதைகளிலிருந்து தப்பிவந்த தவளை
சொன்னது
பாவம் அதையும் பண்ணியிருக்கிறார்கள் நெடுநேரம் லௌ

●

நீங்கள் உங்கள் இளமைக்காலத்தில் யார்?
விருத்தப் பருவத்தில் மரம் சொட்டும் கடைசி இலையை
மென்மையாக ஏந்திப் புன்னகைக்கிற நதியை அது எவ்விதம்
கண்டடையும்?
தொடர்பற்றது அல்ல
இதோ நான் உன்னை என் சங்கிலிகளில் கோர்ப்பேன்
புனித ஊற்று அதி சுவையாக அருமருந்தாக மாறும் ஒரு
தருணத்தில்தான் நீலமாகவும் மாறுகிறது
உங்கள் இளமைக்காலத்தில் நீங்கள் எல்லாம்
அறிந்திருந்தீர்கள் என்னையும்

●

சோதனைச் சாவடியில் இருந்த காவலாளி ஒரு
குழந்தையிடம் சிரித்துப் பேசிக்கொண்டிருந்தான்
தனது அம்மாவுக்குக் கடிதம் எழுதினான்
காதலிக்கு ஒரு பரிசை அனுப்புவித்தான்
ஒரு கவிதைக்குக் கண்ணீர் உகுத்தான்
சோதனைச் சாவடியில் இருந்த காவலாளி
ஒரு அடையாள அட்டை இல்லாத இளைஞனைச்
சுட்டுக்கொன்றான் சோதனைச் சாவடியில் இருந்த
காவலாளிக்கு கார்களின் மீது பிரியம் உண்டு
பிரஞ்சு சினிமாக்களின் மீதும்
சோதனைச் சாவடியில் இருந்த காவலாளியின் மற்ற
நேரங்கள் புனிதமானவைதாம்

●

பகலில் பாலைவனத்தில் ஒன்றுமில்லை
புயல் மணல் கொடுந்தீ அனல்
பாலைவனத்தில் இரவிலும் ஒன்றில்லை
சுக்கிலத்தை உறையவைக்கும் குளிர்
பாடகனின் நாக்கை அறுத்துவிட்டதுபோல ஒரு மௌனம்
நடுவில் ஒரு பாலைவனம் வருகிறது
ஒரு நொடி ஒரு கண்ணிமைப்பு சற்றே குறைந்த
பாலைவனம்தான் அது அதற்கா ஆயிரம் பாடல்கள்
எழுதினாய் நீ!

●

ஃபூக்கோவை மற ஏசுவை மற
மறதியைத் தூண்டும் மாத்திரைகளை மற
கறுத்த அம்மணக் காளியின் கை வந்து கனவில் நின்றது
துளைகள்...
துளைகளின் வழியே மீன் நழுவிச் செல்கிறது
துளைகளின் மீது ஏனித்தனை காதல் நமக்கு
உனக்கிருக்கும் கூடுதல் ஒரு துளை மேல் கவிஞர்கள்
அனைவருக்கும் காதல்
பறவைகள் விரித்த முஷ்டிகள் சில்க் ஸ்மிதாவின் விறைத்த
காம்புகள்
தற்கொலைகளின் திக்குவாய் ஓநாய்களை நான்
டாக்டர்களின் காத்திருப்பு அறைகளில் மட்டும்
காணுவதேன்
ஆழ்கடல் நத்தைகளின் விஸ்தாரக் கலவியையும்...

எனக்குத் தோன்றுவது நான் என்பது கனவு
காண்பது நீண்ட கழிவறைக் கோப்பைகளின் வரிசை
நான் மிகப் பெரிய சிறுநீர்த்தாரை
ஆண்மையைச் சோதிக்க மலைவாசிகளின் ஒரு உத்தி
நான் என்பது Lasix induced.

●

Heart of...

ஜவுளிப் பொம்மை ஆடை அவிழ்க்கையில் அதன் கண்களை
அணை கண்கள்... கண்கள்... ஜோசப் கான்ராட்...

பேருந்து நிலையத்தில் நீங்கள் தவறாக வேசி என்று கணித்த
பெண்மணி உங்கள் முன்னால் அமர்ந்திருக்கிறாள்
சுவாசிக்கத் திணறும் சிறுவனின் முதுகைத் தடவிக்கொண்டு
மன்னிக்கவும் மன்னிக்கவும் உங்களுக்குக் காப்பி வாங்கி
வரட்டுமா "என் மகன் என் சிறு மகன்"
கழிவறை போக வேண்டியிருக்கவில்லை கண்ணீர்த் துளி
விடுவிக்க "அண்ணே கடையைப் பூட்டிடட்டுமா?"
"போ பூட்டும்போது பொம்மையை நிர்வாணமாக விடாதே
தரித்திர்யம்"
வயதான மின்தூக்கியைச் சிரமப்படுத்தாமல் நான்
மாடிப்படிகளில் ஓடினேன்
என் கூடவே அலைந்த ரத்தக் கோடு ப்றேசிலோ
சிலோனோ "இந்த ஆஸ்பத்திரி ரொம்ப காஸ்ட்லி"
காப்பியின் மேலே
"ஆனால் என் மகனுக்கு இது தேவை. என் மகன் விலை
உயர்ந்தவன்" "உண்மை உண்மை"
எங்கள் ஆமோதிப்புகளுக்கு நடுவே மகனுக்கு
வென்டிலேட்டர் ஆசுவாசம் கிட்டியது...
ம் நான் அவளை மீண்டும் வேசி என்று எண்ண
ஆரம்பித்தேன்

●

அது எப்போதுமே அங்கே இருந்தது
உங்களது நியான் ஒளிர்வுகளில் சலவைச் சட்டைகளில்
இறுக்கிக் கட்டிய டைகளில் வியாபார ஒப்பந்தங்களில்
அதன்பிறகு நீங்கள் ஏற்பாடு செய்யும்
கொண்டாட்டங்களில் உங்கள்சரிகை மிட்டாய்களில்
மின்தூக்கிகளில் இறந்தவர்களின் உள்ளங்கைகள்போல
குளிர்ந்த உங்கள் அரங்குகளில்
உங்கள் அனாதை இல்லங்களில் உங்கள் கவிதைகளில்
கதைகளில் படங்களில்
சிசிடிவி காமிராவுக்கு முன் அது வராததற்காக நீங்கள்
கோபித்துக்கொள்வது அர்த்தமற்றது
அது உங்கள் கைகுலுக்கலைப்போல இருக்கிறது

●

காற்று எல்லோருக்குமாய் வீசுகிறது மனிதனுக்குத்தான்
எல்லைகள் தேவை
அடையாளங்கள் இல்லாத வானத்திலும் பறவைகள்
பறக்கின்றன மனிதர்கள் இப்பூமியின் மீது அடையாளங்கள்
அடையாளங்கள் அநித்தியத்தை நினைவூட்டுகிறவை நீ
அடையாளங்களை எண்ண ஆரம்பிக்காதே அவற்றை
குப்பை பொறுக்குகிறவர்களுக்காக விட்டுவிடு
கடவுள் ஒருபோதும் தனது நட்சத்திரங்களை
எண்ணியதில்லை

●

அவ்வளவும்தான் ஒரு சிறிய கிளையில் திரண்டு நின்றது
பூமியின் மலர் அவ்வளவும்தான்
அவர்கள் பார்க்காவிட்டால் என்ன நிறங்கள்
விந்துத்துளிகளாய்த் திரண்டு உன் வேகத்தில் நீ பார்க்காத
மலர் எத்தனை
கொல்லும்போது நீ சிந்தியது உன் குருதியேதான்
அவசரத்தில் கொட்டிய மைப்புட்டி
நிறைவுறாத ஓவியங்களின் உலகிற்கு நீயும் போய்ச் சேர்வாய்
பாதியில் நீயே வெட்டிக்கொண்ட உன் காலையும்
தூக்கிக்கொண்டு

●

இந்தக் கடிதத்தின் விலாசம் மிகச் சிறிதாக இருக்கிறது

●

எனக்கே திரும்ப வந்துவிட்டது
நதியில் விழுந்த என் நிழல் மிகுந்த சபலமுடையதாக
இருந்தது இறந்த பொருட்களை யாரும் சேகரிக்க
விரும்புவதில்லை பெற்றோர்களும் விட்டுச் சென்றனர்
பிள்ளைகளின் பொம்மைகளை

●

சன்னலுக்கு வெளியே இருள்
நட்சத்திரங்கள் கூதற்காற்று தன் பாவாடை முனைகளைத்
திரட்டிக்கொள்ளும் ஓசை
கூகைகளின் கேவல்
அணைந்துஅணைந்து எரியும் கழுதைப் புலிகளின் கண்கள்
இங்கே... அங்கே...
தாழ்வார இருளில் ஓசையின்றி வந்துநிற்கும் ஒற்றைக்
கொம்பன் வருடம் ஒருமுறை விரியும் நிஷாகந்தியின்
கனமான நெடி
பூமியின் மீது தேவதாருவின் பிசின்போலப் படரும்
நொடியில் பழ வவ்வால்களைப்போலத் தனித்திருப்பவனின்
போதம் பறந்து வெளியே செல்கிறது
யாரைச் சந்திக்க
ஒரு சிலந்தியின் வலைக்கோடுகள்போலக் கைமாற்றி
கைமாற்றித் தாவும் வானரங்கள்போல இங்கே... அங்கே...

●

ஓ பிரம்மமே நாங்கள் எங்கள் மலைமுகடுகளைத்
தவறவிட்டோம்? (தேம்புதல்)
(தேறி) அழுவது அனுமதிக்கப்பட்டிருக்கவில்லை
கழுகுகளைத் தேடி வருகிறது பனிச் சிகரங்களின் மீதேறி
சூரியனின் முதல் நோட்டம்
எம்மை அரவணைக்க எம் பாவங்களைத் தந்துவிட்டு குளிர்
உறக்கம் தேடித் தொலைந்தது
ஓநாய்களின் தேவதை கண்கூசி நிலத்தடியில்
ஓ பிரம்மமே (தேம்புதல் எம் கறைகளை வருடுகின்றன)
யுகாந்திரத்தின் தொடக்கத்தில் படைக்கப்பட்டதும்
உன் காலடிகள் ஒயின்நிறக் கண்கள்கொண்ட சிறுமிகள்
போல விளையாடுவதுமான இந்த நிலத்துக்குத் திரும்பி
வருகிறவர்கள் உண்டா?

●

அவனைச் சுமக்கமுடியாத பாலங்களை அவன்தான் செய்தான்
அவன் கால் சம்மதியாத படிகளும் அவன் வடித்ததே
அவனைச் சேர்க்காத அவன் பற்றிய காவியங்கள் அவன்
எழுதியதே அவை வெளியிடப்படும் அரங்கில் ஓரத்தில்
நின்று கடைசிவரை கை தட்டிக்கொண்டிருந்தவன்கூட
அவன்தான்
ஆனால் நிகழ்ச்சி முடிந்ததும் மேடை நோக்கி
அவன் முன்னேற முயன்றபோது விளக்குகள் ஏன்
நிறுத்தப்பட்டுவிட்டன என்பது அவனுக்குத் தெரியாது
இடை நிகழ்ந்த நெருக்கடியில் துப்பாக்கியை முழங்கியவர்
யார் என்றும் அவனுக்குத் தெரியாது
அவனுக்குத் தெரிந்ததெல்லாம் அதில் இறந்தவர் யார்
என்பது மட்டும்தான்
அது வெகு நிச்சயமாக அவன்தான்

●

என் பின்னால் எவ்வளவு துயரம் உள்ளது!
நான் மலையேறி வந்திருக்கும் சிறு படகு
கடற்கரையில் மணலில் தனியாய் இருக்கும் லாந்தரின்
வெளிச்சம்
ஊரைவிட்டு நீங்கி ஒரு பாதை பிரிந்து செல்கிறது
ஒரு கேவல் சப்தத்துடன் ராப்பறவை இருளில் மறைகிறது
மறைந்த பறவையின் நெஞ்சுத்துடியொலி மட்டும்
கேட்டுக்கொண்டிருக்கிறது
ஒரு பாழ்மூடிய வீட்டின் கடிகாரமென ... என் முன்பு
எவ்வளவு துயர் உள்ளது!

●

நட்ஷத்திரம் எனும்போது இசை எழும்புகிறது
மொழியின் சருமம் அமிர்தப் புள்ளிகளைக் கொண்டிருக்கிறது
நதி தன் உதடுகளின் குவிப்பை உங்களுக்குக்
காட்டிக்கொண்டிருக்கையில்
நட்ஷத்திரம் தன் இசையை அவிழ்த்தபடி மொழிக்குள்
வருகிறது தாழ்வாரத்தில் நிற்கிற ஆனையின் தலைமணி
ஒளிர்வில் நீங்கள் அவனைக் காண்கிறீர்கள்
மயிலம் என்றொரு சொல் ஒலிக்க.

❍

கிராமத்தை அடையும் அவசரப்பாதைகளை விலக்கி நடக்கிறார்
அவர் முன்னே ஒரு சிறகு புரண்டுபுரண்டு செல்கிறது
அந்தி, அம்பலத்தில் முதல் தீபம் ஏற்றக் காத்திருந்ததுபோலக்
கவிகிறது நதி,
களைப்பாறும் சப்தங்களை வெளியெங்கும் நீல மணிகளைப்
போல வீசி எறிகிறது
நடனம் முடித்த பெண்போல நாள், தனது ஒளிரும்
பாவாடையை இழுத்துக்கொள்கிறது
கீழை வானில் மூன்று நட்ஷத்திரங்கள் தோன்றுகின்றன
என்னால் முடிந்தால் நான் அவருக்கு இந்த இரவையும்
நதியையும் பரிசாக அளிப்பேன்

●

இந்த மழையை நான் எப்படி உனக்குச் சொல்வேன்?
இந்த மழையில் எல்லாம் பதிலும் இருக்கிறது என்று
சொன்னால் உனக்குக் கேட்குமா?
நீ வணங்கும் தெய்வங்கள் காகிதங்களானவை
அவை இந்த மழைக்கு மேம்பட்டவை அல்ல
அவைபற்றி நான் என்ன கூறுவது? வாமதேவர்
சொன்னதைத் தவிர 'தாங்கள் பிரம்மத்துக்கு
கீழ்ப்பட்டவர்கள் என்பதை மனிதர்கள் அறிந்துகொள்வதை
தேவர்கள் வெறுக்கிறார்கள்'

●

நான் சிறிய வாய்களால் திருப்தியுறுவதில்லை
சிறிய கால்களின் சிறிய வனத்தை மனிதர்கள்
விரும்பாதிருக்கட்டும் திரும்பப் புரட்டப்படாத ஒரு
தேதித்தாளாக உனக்கேன் இந்த அவசரம்?

●

காரணமற்ற அன்பு நிற்கிறது மழை பொழியும்போது
கடற்கரையில் தனியாக விடப்பட்ட நாற்காலிபோல
காரணமற்ற அன்பு படித்துறையில் நீங்கள் இரவுக் குளிக்க
இம்மென்று பாடிக்கொண்டு தலைமேல் கவிழ்ந்து நிற்கும்
தெருவிளக்குப்போல
காரணமற்ற அன்பு ஆளற்ற பாதையில் ஊர்முனைவரை
உங்களுடன் துணைக்குவரும் பெயரற்ற நாய்போல
காரணமற்ற அன்பு அன்னமூட்டுகிறவள் இறந்த வீட்டில்
அடுப்பு மூட்டும் அடுத்த வீட்டுப் பெண் போலவும்

●

முடவர்களை எழுப்பவல்ல தெய்வத்துக்கு நாம்
மண்டியிடலாம் இப்போது நாம் உறங்குவோம்

●

இசையை மூங்கில் புரிந்துகொள்கிற தருணம் எவ்வளவு
சிறியது எவ்வளது நெடியது
மழைவெள்ளத்தில் சர்ப்பம் எவ்வளவு மென்மையுடன்
                                                        நீந்துகிறது
இங்கே கண்ணில் ஒளிர்கிறவனே அங்கே கதிரவனிலும்
ஒளிர்கிறான் என்று சாந்தோக்யம் எவ்வளவு தெளிவாகச்
சொல்கிறது! மின்னாமின்னிகள் குளிர்க்காலங்களில்
நாணல்புதர்களில் அடைந்தன
தயங்கிய துறவி உறுதியை மீட்டுக்கொண்டு மீண்டும்
வெளியை நோக்கி நடக்கிறார்
இங்கே வீடென இருப்பதே அங்கே வெளியெனவும் விரிகிறது

●

நாடோடியின் மனைவியை நான் இன்று
தொலைத்துவிட்டேன்
நாடோடியின் மனைவியின் கண்கள் துயரத்தின் அழகு
நிரம்பியவை நாடோடியின் மனைவியின் சிரிப்பு
இனம்புரியா ஏக்கத்தை எழுப்பிச் செல்வது
அவள் கடந்துவந்த நிலங்களை நினைவுறுத்துவது
அவளது சிறிய பாதங்கள் அவளது மார்புகள் அவள் விட்டு
வந்த குழந்தைகளின் சிறிய வாய்களால் நிரப்பப்பட்டிருந்தது
நாடோடியின் மனைவியை நதி மெதுவாக வருடிச்
சென்றது நாடோடியின் மனைவி குளிப்பதைக் குரங்குகள்
மரத்திலிருந்து பார்த்தன
நாணத்துடன் ஒரு கிளை இறங்கி அவள் முலைகளை
மறைத்தது நாடோடி மனைவியின் முகத்தில் எப்போதும்
சிகரங்களின் பனிப்புகை இருக்கிறது
நாடோடியின் மனைவிக்கு எனது மொழி புரியவில்லை
நான் தினமும் அவளது குடிசைக்குச் சென்றேன்
ஒரு அற்புதத்துக்காகக் காத்திருந்தேன்
ஓவியங்களில் கொக்குகள் வானம்பாடிகளாவதுபோல
வானம்பாடிகள் மரங்கொத்திகளாவதுபோல ஒரு அற்புதம்
என் அற்புதத்தை வரையும் ஓவியனுக்காக நான்
காத்திருக்கவில்லை
இரவுநேரங்களில் அவள் தனது கூடாரத்தின்மீது படியும்
நிலவொளியைக் காண்கையில் அவளுக்கு என் காதல்
புரியுமென எண்ணினேன்
நிலவொளி நாடோடிகளுக்கும் காதலர்களுக்கும் மட்டுமே
உரியது நான் அவள் கால்விரல்களின் நடுவே விம்மியிருந்த
புழுதியை எண்ணி இறகுகளான காலணிகளை அவளுக்குப்
பரிசாக அளித்தேன் அவள் மழைக்காலத்தில் சரக்கொன்றை
மலர்கள் உதிர்வதுபோலச் சிரித்தாள்
அவளும் என்னை மிக விரும்புவதாகச் சொன்னாள்
எப்போதும் தூரத்தில் அவள் கண்படும்படி இந்த பனி சீறும்
மலைச் சிகரங்கள் மட்டும் இல்லாவிட்டால்.

நேற்றிரவு அவளை நான் யாமம் முனகும் போழ்தில்
விட்டுவந்தேன் என் புறங்கைகளில் அவள் முத்தங்கள்
சில்லிட அவற்றைப் பாதுகாத்தபடியே
காலையில் என் சன்னலுக்கு வெளியே தெரிந்தன பனிமூடிய
மூன்று சிகரங்கள்

நாடோடியின் மனைவியை நான் இன்று தொலைத்துவிட்டேன்…

●

முதல் பறவை எந்தப் பெயரையும் மறுத்தது
ஆதாம் அது இரட்டிப்பாகக் காத்திருந்தான்
நேற்று நடந்த யுத்தத்தில் ஆயிரத்துமுந்நூறு பேர் இறந்து பட்டதாகச் சொல்லப்படுகிறது
அதில் தசமபாகம் குழந்தைகள்
முதல் பறவை ஒரு பெரிய வட்டமடித்து அவர்களைக் கண்டது
குடத்திலிருந்து சிந்தும் நீர்போல சிதறியோடும் பிற
பறவைகளையும் பிறகு மலைமேல் ஒரு குகையுள் ஒளிந்திருந்த
ஆதாமிடமும் கண்தோல் வரை சுருங்கிய ஏவாளிடமும்
திரும்பிவந்து சொன்னது “பெயரற்றதற்குத் திரும்பும் உங்கள்
முயற்சிகளைக் கைவிடுங்கள் மனிதனுக்கு தூய அடித்தானம்
என்பது இல்லை
அவனை மண்ணிலிருந்து உருவாக்கும் கடவுள்
பெருவெளியினுள் தொலைந்து போய்விட்டார்
அவன் தன்னைத் தனது தொலைநோக்கிக் குழாய்களுக்குள்
வைத்துக்கொள்ளட்டும்
துப்பாக்கிக் குண்டுகளின் வேகம் பற்றிய அவனது வியப்பு
அபத்தமானது
அவை காலத்தில் பின்னோக்கிப் பறக்கின்றன அவற்றின்
பயண இலக்கு
மனிதன் தோன்றியிராத பிரபஞ்சக் குழப்பம்.
மனிதன் மறைய விரும்புவானாகின் மழைத்தாரைகளாய்
ஒழுகி பூமிக்குள் கரைந்து போய்விடட்டும்
அவன் இலைகளாய்த் துளிர்த்து செம்பழங்களாய் விம்மி
அதிகாலையில் எம்பறவைகளின் காலைக் கூச்சலாக
வெளிப்படுவான்
சூக்குமம் இதுதான் இசையென்று பெயரிடாதவரை
எல்லாம் இசையாயிருக்கும்
“பெயரென்பது அழிவு
உண்மையில் அதுவே அழிவின் பெயர்”

●

நாற்காலியை நகர்த்திவிட்டு உட்கார்ந்துகொள்கிறேன்
என்னருகில் மண்டியிட்டு முக்காடிட்டுத் தலைகுனிந்து
இருக்கிற ஸ்திரீயாய் மாறுகிறது
அது ஸ்திரீயே இனி உனக்கும் எனக்கும் என்ன?
அவனது தியானம் அலைந்து திரிந்து அவனுக்காய் ஒரு
ஒளிரும் சுழல்குழியைக் கண்டுபிடிக்கிறது

●

நீங்கள் கேலி செய்தாலும் நான் ஆத்மவாதிதான்
நான் பார்த்திருக்கிறேன்
வயல்பொம்மையின் நிழல்கைகள் பறவைகளைப் பிடிக்க
                                        நீள்வதை.

●

பிரார்த்தனைகள் அடங்கியதும் வெண்டிலேட்டர்கள் பேசத்
துவங்குகின்றன
இரவில் சமையலறையில் எதிரிட நேரிடும்
கரப்பான்பூச்சிகளின் தயக்கத்தோடு உறங்குகிறவரின்
சிறுநீர்த்துளி பிரிந்து பையில் சேகரமாகிறது
தீவிர சிகிச்சை அறையில் கடிகாரத்தின் கரங்கள்
இரவுதோறும் வவ்வால்களின் ரெக்கைகள் ஆகின்றன
பகல் எப்போதும் பார்வை நேரத்துக்கு அப்புறமே நிற்கிறது.

●

காற்றே என்னை இறகாக்கி அணிந்துகொள்
லேசாக்கி தூர தேசங்களுக்குப் பரத்து
காற்றே நான் உன்னை என்னுள் அனுமதிக்கிறேன்
தினம்தோறும் அந்தி சாய்கையில் குழந்தையுடன்
விளையாடவரும்
நாய்க்குட்டியாக நீ சில பொழுதுகள் இருக்கிறாய்
ஓய்வு தினத்துக்குப் பிறகு ஆதாமையும் ஏவாளையும்
ஆவலுடன் தேடிவரும் கடவுளாகச் சில பொழுது
காற்றே உன்னை பிரம்மம் என்றழைப்போரில் நான் உண்டு
காற்றே என் விதைகளை நீ பல்கிப் பெருகச் செய்
நான் உன் மவுனத்துக்கும் சத்தத்துக்கும் எப்போதும்
சாட்சியாய் இருப்பேன் உன் உறக்கத்தையும் நடனத்தையும்
வெளி உலகுக்குச் சொல்கிறவனாக
காற்றே அகல் முன் ஐம்புலன் மூடி அமர்ந்தோர் நிறுவுவதே
இவ்வுலகம் என்பதை நான் அறிவேன்
கண்ணாடிக்கு வெளியே வீழ்கின்ற பனித்துகள்கள் போல்
அவர்கள் இச்சகத்தை அமைக்கிறார்கள்
நீ அவர்கள் சக்கரங்களில் நெய்யிடுகிறாய்
காற்றே நீ என்னை ஓடுகிறவனாக்கு
எனக்கு பெட்டிகளைக் காண்பிக்காதே
சதுரக்குழிகளை என்னிடமிருந்து விலக்கு
காற்றே சினம் தீர்ந்து முலை தரவரும் அன்னைபோல்
மீண்டும் என்னிடம் வா

●

பனி நீண்ட விசிலொலியுடன் வருகிறது
பனிக்காலத்தில் சப்தங்கள் அனைத்தும் ரகசியத் தன்மை
பெற்றுவிடுகின்றன
குழந்தைகள் சீக்கிரம் உறங்கிவிடுகிறார்கள்
வீடு ஒரு வெந்நீர் நிரப்பப்பட்ட குடுவை என்று
தோன்றுகிறது
பனிக்காலத்தில் கவியின் தனிமை இன்னும் கனத்துவிடுகிறது
அவன் தலைமாட்டில் எப்போதும் ஒரு புத்தகம் ஒளிர்கிறது
பனிக்கால இரவுகளில் அவன் ரயில் உதிர்த்துப் போகும்
சன்னல் கட்டங்களை எண்ணுகிறான்
நள்ளிரவுக் காவலருக்காய்க் காத்திருக்கிறான்
பனிக்காலத்தில் அவன் கழுத்துவரை நுரைத்துத் ததும்பும்
ஒரு மெழுகுவர்த்தி ஆகிவிடுகிறான்
பனிக்காலத்தில் அவன் தன் பெயரில் இன்னொருவர்
இருப்பதைக் கண்டுபிடிக்கிறான்
கவி பனிக்காலத்தைக் கூவி வருகிறான் பனிக்காலம் முதலில்
ஒரு கவியிடமே வருகிறது

❍

ஆலவிழுதுகளிலிருந்து பனி முதிர்ந்து சொட்டுகிறது கல்
மண்டபத்தின் தரைகள் குளிரில் இரைகின்றன
யாத்திரிகர்கள் அனைவர் மீதும் உறக்கம் ஒரு நீண்ட
போர்வையை விரித்திருக்கிறது
சத்திரத்தின் வெளியே இடமில்லாது விடப்பட்ட யாசகன்
போல் தனியே நிற்கிறது நிலா.

❍

குளிர்காலம் நீங்கள் மேற்கொள்ளாத பயணங்களை
நினைவுறுத்துகிறது
நீங்கள் நள்ளிரவில் தேம்பலுடன் எழுந்து விளக்கின் ஒளியை
உயர்த்தி வைக்கிறீர்கள்
அதன் நிழல் சுவரில் பெரிதாகிறது
உங்கள் பூனை உங்களை நெருங்கிப் படுத்துக்கொள்கிறது

●

பசியில் பூதம் தன் தலையைத் தின்னுவதை கால்மேல்
கால் போட்டபடி நூறுகால் பூச்சிகள் வேடிக்கை பார்த்துக்
கொண்டிருக்கின்றன

●

என்னே அதிசயங்கள்! இவர் மரித்தும் போகிறார்!
●

நீலி, இவை உனது வீழ்ந்திடாத மழைத்துளிகள்
●

அங்கே இப்போது புதிதாக ஒரு சாலை வந்திருக்கிறது
அது தவழ்ந்து வந்திருக்கலாம் என்று ஹரிணி அபிப்பிராயப்
படுகிறாள்
திடீரென்று சாலையில் ஒரு சாலையைக் காண்பது
நல்லதில்லை அங்கே மின்மினிப் பூச்சிகள் குறைந்துவிட்டன
அவை கிரேன்களின் பூதக்கண்ணாடிக் கண்கள் முன்பு
ஒளியிழந்து விட்டன
அங்கே புதிதாக ஒரு தேவாலயம் வந்திருக்கிறது
அதன் வாசலில் நிறைய செருப்புகள்
சிலர் மெசையாவின் ஆடை நுனியைத் தொட முயல்கிறார்கள்
பெண்களின் உதிரப்போக்குத் துணி ஒன்று நேற்று முழுவதும்
அந்த தேவாலயத்துக்குள் நுழைய முயன்றது
மின்மினிப்பூச்சிகள் சென்ற வழியைப் பற்றி எந்தக் குறிப்பும்
இல்லை எனும்போது நாம் இனியும் அங்கே நடை போவதில்
எந்தப் பலனும் இல்லை

●

இறங்கும் விருப்பம் சிகரத்தின் உச்சியில் இருப்பதாக
உறுதியுடன் சொல்வதற்கில்லை

●

மேரியின் நாய்க்குட்டி மின்மினியைத் துரத்தி மறைந்தது
இருளில் அதன் வால் ஒரு கையசைப்புப்போல
 விடைபெறுகிறது
சாலையில் மேரி தனியாக நடக்கிறாள்
மலைமேல் பெரிய நிலவு மவுனமாக இருக்கிறது
வாகனங்கள் ஒளி வீசி நெருங்கி விலகின
கூதல்காற்று மேரியின் ஆடையைப் படபடக்கச் செய்கிறது
ஓடை சிறிய கால்களுடன் அவளைக் கடக்கிறது
நீலம் அவளைச் சுற்றிலும் அன்னையரின் உள்ளங்கை
போல மென்மையுடன் ஆழ்கிறது
மேரி ஒரு புன்முறுவலுடன் தன்னை அணைத்துக்கொள்கிறாள்

●

நீங்கள் மனிதர்கள் இல்லாத இடம் ஒன்றை அடைய
விரும்புகிறீர்கள் கடும் கானகத்தில் ஒரு துளி நிலம் கிடைக்கிறது
கானகம் தன்னைப் பார்த்துக்கொள்ளும் கண்ணாடி அது
என்று ஒரு பறவை சொன்னது
ஓவியர்கள் ஒரு வெற்றுத் தாளை எப்போதும் தனியாக
வைத்திருக்கிறார்கள்
அவர்களுக்கு முதன்முதலாக கொடுக்கப்பட்ட காசு
 Tabula rasa.
மனிதன் மட்டுமே காலியிடங்களைக் கண்டு பயப்படுகிறான்
அவற்றை அவன் தனது பிசாசுகளால் நிரப்புகிறான்

●

மிதக்கும் கப்பலைவிட எரியும் கப்பல் எத்தனை அழகாக இருக்கிறது மிலிந்தா! அழகென்பது ஒரு கணம் எரிவதில் உயிர்க்கிறது அது வாழ்வென்பதுவும் அதுவே உன்னிடம் எரிக்க எத்தனை உள்ளன என்பதைப் பொறுத்து உன் வாழ்வு அர்த்தமுள்ளதாகிறது மனிதனால் இப்பூமியில் உருவாக்கக்கூடிய அதிகபட்ச கலை எரிப்பதுதான் நெருப்பிலிருந்து நாகரிகம் பிறந்தது என்பதில் பிழையில்லை நாகரிகம் ஆபாசமாய் வலுக்குன்றி நீர்த்துப் போகும்போது அதை நெருப்புக்கே திரும்ப அளித்துவிடுவதிலும் பிழையில்லை நீ என்றாவது ஒரு நோயாளித் தழலைப் பார்த்திருக்கிறாயா? அல்லது ஊனமுற்ற கனலை? முன்னோக்கி நகராத எதுவும் சுமையாகிறது இப்புவி மீது படியும் ஒட்டுண்ணிக் குப்பையாகிறது அவை பின்முட்டிவரும் வலிய வாய்களுக்கு உணவாக வேண்டும் அவற்றின் உதர நெருப்புக்கு ஒரு பிடி சருகென இல்லாவிடில் நாம் பிணங்களால் மூடப்பட்டுவிடுவோம் அவை இடத்தை அடைத்துக்கொண்டு நெளிந்துகொண்டும் வேறு இருக்கும் என்பது எத்தனை அருவருப்பானது! நான் எல்லாவற்றையும் எரித்துப் பார்ப்பதன் காரணம் இந்நேரம் உனக்குத் தெரிந்திருக்க வேண்டுமே மிலிந்தா? நான் அதில்தான் பூரணம் அடைகிறேன் எரிக்கையில் ஒருகணம் எல்லையின்மையின் தொடுகையை உணர்கிறேன் விடப்பாம்பின் பிளவுண்ட நாக்குபோல எழுந்து ஒருகணம் அது என் கையைத் தீண்டி விலகுகிறது அந்த விடம்தான் எத்துணை போதையை அளிக்கிறது மிலிந்தா ! அந்தப் பூரணத்தை நீயும் அடைய வேண்டுமெனில் எதையும் எரிக்கத் தயங்காதே நகர மறுத்த மறுகணம் என்னையும்.

●

என் சாலை துயருற்றிருக்கிறது
கூகைகளின் கேவல்களும் மவுனித்துவிட்டன
இரவின் குகைகள் அந்தகாரமாய்த் திறந்துகொண்டு
இருக்கின்றன
அடியற்ற பாழ்வெளிக்குள் இந்த உயிர் விழுந்துகொண்டே
இருக்கிறது கருத்தவானில் ஒரு கீறல் எழுந்து இறுதி
உடுவையும் விழுங்கிக்கொண்டது
என் சாலையை யாரோ கவனக்குறைவாய் அழித்துவிட்டார்கள்

●

பருவம் கடந்த காற்று தலையாட்டி மரங்களைத்
தேடிச்செல்கிறது
கவிஞர்களின் துயரங்களுக்கு டபுள் டிக்கட் கொடுக்கிற
கண்டக்டர்
அவர்களது கவிதைகளுக்கு ப்ரீ பாஸ் கொடுத்துவிடுகிறார்
எல்லாரையும்போல ஏடிஎம் வரிசையில் நிற்கிறவர்தான்
இலக்கியவாதி (ஒரு மார்க்சிய பார்வை) டிவியைத் திறந்தால்
எழுத்தாளர்கள் கொட்டுகிறார்கள்
நேற்றிரவு ஜன்னலைத் திறந்து காண்நிலவை ரசித்தபோது
சுவரில் தலைகீழாக ஏறி வந்துகொண்டிருந்தார் ஒரு பதிப்பாளர்!
தலையாட்டி மரங்கள் மிகத்தள்ளியிருப்பதால் காற்று
திரும்பிவந்துவிட்டது.
கேள்வி – இந்தக் கவிதையின் திணை என்ன?
செய்தி – புதுமைப்பித்தனின் ஆவியை ஒருவர்
களவாடிவிட்டார்
அன்பே மீனாள் அடுத்தமுறை நான் உனக்கு லிச்சி ஜூஸ்
வாங்கித் தரவே மாட்டேன்

❍

அன்பான வாடிக்கையாளரே இந்தப்பக்கமாய் வாருங்கள்
மாலைச்சந்திரன் எவ்வளவு வட்டமாக இருக்கிறது
பார்த்தீர்களா!
ம்ம் நீங்கள் சொல்வது உண்மைதான்
இப்போதெல்லாம் நகைச்சுவைத் துணுக்குகளில்
நகைச்சுவையே இருப்பதில்லை
எருமைமாடுகள் சாதுவானவையா என்பதுபற்றி
எனக்கெதுவும் தெரியாது
எருமைமாடுகளுக்கு எதுவும் தோல்வியாதியா?
பால் கிளியின் ஓவியங்கள் சிறந்தவை
அவற்றையெல்லாம் பால் கிளியே வரைந்தார் என்கிறார்கள்
உலகின் மிகச்சிறந்த இசையை மெக்சிகோ தேசத்தில்
கேட்கலாம் என்று இந்தக் கவிதை முடிவதற்குள் சேர்க்க
வேண்டும்

மற்றபடி பூண்டு நல்ல ப்ரோபையோட்டிக் என்பார்கள்
டிராகுலாக்களையும் விரட்டுகிறது
ஏன் தள்ளி நிற்கிறீர்கள்? என்று தெரியவில்லை
உங்கள் மரியாதை எனக்கு கூச்சத்தை அளிக்கிறது
அதை இந்த ஆளரவமற்ற புத்தக அரங்கின் நாற்காலியில்
அமர்த்திவிட்டு

நாம் ஒரு டில்லி அப்பளம் சாப்பிடப்போவோம்
டில்லி ஒரு பனி மிகுந்த நகரம்.

❍

நகைச்சுவைக் கவிதைகளை எப்படிக் கடந்து செல்வது?
நகைச்சுவைக்கவிதைகளை சூடிதார் அணிந்துகொண்டு
கடப்பது நல்லது
இதயப் படபடப்பு நீங்க வெளியே வந்ததும் ஒரு வெங்காய
தோசையை உண்க
தெரியுமா?
இயேசுநாதர் கடைசி விருந்தில் நிறைய 'லீக்ஸ்' சாப்பிட்டார்
லீக்ஸ் என்பது வெங்காயத்தின் சசிகலாதான்
சாப்பிட்ட உடனே அவருக்குத் தோன்றிவிட்டது "எனக்கு
இப்பவே சிலுவையில ஏறணும்"
சீஷர்கள் அவரைக் கட்டுப்படுத்தி (சுவிசேஷத்தில்
சொன்னது நிறைவேறும்படிக்கு) யூதாசுக்கு சொல்லி
அனுப்பினார்கள்
அவன் ஜெருசலேமுக்கு வெளியே ஒரு திராட்சைத்
தோட்டத்தில் எதிர்க்கவிதைகள் படித்துக்கொண்டிருந்தான்
அவன் வந்து இயேசுவின் இடதுகன்னத்தில் "ராபியே
சவரக்காரனின் கவிதை மயிருகள் படித்ததுண்டா"
என்று கேட்டான்
அவர்கள் அவனுக்கு முப்பது மீல் டிக்கட்டுகளும் ஒரு
டோல் கேட் பாஸூம் கொடுத்தார்கள்
வெங்காயத்தில் ஊட்டச்சத்துகள் உள்ளன
வெங்காயம் லீக்சின் ஜெயலலிதாதான்

❍

இந்த நதிக்குப் பாடல் எதுவும் தெரியாது.
மனப்பாடச் செய்யுள்தான்

❍

ஒரு இரவு ஊர்வலம்.
குதிரையில் மணமகன். மல்லிகை முகமூடி பெட்ரோமாக்ஸ்
விளக்குகள்.
புஸ்ஸ்ஸ் புஸ்ஸ்ஸ்
இரண்டுபேர் தன்னிச்சையாய் நின்றுபார்க்கிறார்கள்
தெருவோரம் நின்றிருக்கும் ஒரு மாடு மிரண்டு வாலைத்
தூக்கிக்கொண்டு ஓடுகிறது
தலையில்லா காரில் மணப்பெண் இருக்கிறாள்
சுற்றிலும் தோழியர் பேச – பட்டுப்புடவைகள் சரசர –
போனில் அவள் எதையோ பார்த்துக்கொண்டிருக்கிறாள்
ஜாக்கெட்டின் ஜிகினா முகத்தில் ஈஷிஈஷி மினுங்குகிறது
உதட்டின் சிகப்பளவுக்கே கன்னமும் இருக்கிறது
சவுராஷ்டிராவோ? தன்னிச்சையாய் உங்கள் கால்கள்
நகர்கின்றன
"எக்ஸ்க்யூஸ் மீ நீங்க பொண்ணு பிரண்டா?"
இந்தக் கவிதையில் இதுவரை உங்கள் பால் இன்னும்
நிச்சயமாகவில்லை
அதனாலென்ன
உங்களுக்கு அவள்மேல் பாலுணர்ச்சி ஏற்படுகிறது
இன்னும் நிறைய வரிகள் இருக்கின்றன

கார் நகர்ந்துகொண்டே இருக்கிறது
பூக்களை மிதித்தவாறு பெரும்பெண்டியர் நடக்கிறார்கள்
குதிரையை யாரோ "மூக் மூக்" என்கிறார்கள் அல்லது
குதிரையேதான் சொன்னதா
லேசாக மழை பொழிகிறது நெரிசல்,
சிறிய குழப்பம் எனினும் ஒருவழியாக நீங்கள் அவளை
நெருங்கிவிட்டிருக்கிறீர்கள்
மழை பின்வாங்குகிறது
ஒரு புன்னகையுடன் நெருங்கிய நீங்கள் ஆவலுடன்
உள்ளே எட்டிப்பார்க்கிறீர்கள் அங்கே நீங்கள் கண்டது
போனுக்குள் பேஸ்புக்கில் அவள்தான் இந்தக் கவிதையை
எழுதிக்கொண்டிருக்கிறாள்

●

இமயத்தில் திரிந்தவர் அவர்
ஆல்ப்ஸ் சிகரங்களில் சறுக்கியவர்
சைபீரியாவின் பிசாசு நிலவையும் தார் பாலைவனத்தின்
இமையா
நட்சத்திரங்களையும் கண்டவர்
எனது வீடருகே இருக்கும் மெலிந்த குளத்தைக் காண்பிக்க
நாணமுற்றேன்
எனது பையில்தான் எவ்வளவு சிறிய நாணயங்கள் !

●

ஒரு சிபாரிசு. கைவிடப்பட்ட கட்டிடங்களை இவர்
திறமையாகச் செய்கிறார்.

●

நூறுகால் பூச்சிகளின் பெயரில் அதன் தலையும்
இடம்பெற வேண்டும் என்ற தீர்மானத்தோடு மாநாடு
ஒத்திவைக்கப்பட்டது.

●

ஹிப்பியாகச் சுற்றும் ஒரு இயந்திர மனிதனை இன்று
பார்வதிபுரத்தில் பார்த்தேன்
அய்யர் டீக்கடையில் புகைவிடும் செம்புப் பாய்லரை உற்று
நோக்கிக் கொண்டிருந்தான்
அவன் என்னிடம் அதைச் சுட்டிக்காட்டி "நல்ல சுத்தமான
பளபளப்பான கனவான்" என்றான்

●

உன் உடல்மொழியை அதிகம் பேசிய என் வலதுகையை
முதலில் நீக்கியிருக்கிறேன்.

●

அதிகாரி! பார் கவனமாக
பதினேழாவது செங்கல்லில் இருந்து இந்தக் கட்டிடம்
கலையாகத் தொடங்கிவிடுகிறது.
எப்படி அனுமதித்தாய்?
நினைவுகொள்
அமீபாக்கள் தங்களை பகுத்துக்கொள்ளத் துவங்கும்போது
அலட்சியமாக இருந்தவனை.

●

ஒருமை

புலியடியில் வயல்கள் காய்ந்து கிடக்கின்றன.
புற்கள் அவ்வப்போது தானாகவே தீப்பிடித்துக்கொள்கின்றன
அவசரப்படும் ஒரு பறவையைப்போல அது தனது சிறகுகளை
அடித்து என்னருகே வர முயற்சிக்கிறது.
தீ துடிதுடிக்கும் சப்தம் எனது வயிற்றில் எப்போதும்
சங்கடங்களை எழுப்புவதுண்டு.
உன் மணிபூரகத்தில் உள்ள தீயின் பதில் அது என்றார் அவர்.
காசி மயானங்களை கண்டதிலிருந்து ஏற்படுகிற பிரமையா
அது? என்று அவரிடம் நான் கேட்டேன்.
பிரமைகளுக்குக் காலக்கணக்கு கிடையாது என்றார்.
பிரமைகளின் கைகள் நீண்டவை. அநாதியானவை.
அது மனிதர்களின் சிறிய வாழ்க்கைகளைக் கோர்த்து
தலையோடுகளாக்கி சிவனின் கழுத்தில் அணிவிக்கிறது.
ஆதிக் காபாலிகன் தன கபாலப் பாத்திரத்தில் இருக்கும்
உதிரபானத்தைக் கொஞ்சம் அருந்திக்கொள்கிறான்.
கொஞ்சம் சிந்தனையில் ஆழ்கிறான்.
உயிரும் சவமும் எது? தொப்புள்கொடி எவ்விடத்தில்
பிரிகிறது? அவன் பெருமூச்சுடன் தன் தலைச்சன் சிசுவின்
தலைப்பொருத்தல்களைப் பிரித்து தனது உணவை
எடுத்துக்கொள்கிறான்
அந்தி துயரடைந்து இறக்கும் திக்கில் ஒரு சிறிய யானை
தென்னை மரத்தில் கட்டப்பட்டிருக்கிறது.
மரமும் ஆனையும் ஒரே அளவு. சகோதரர்கள்போல.
அதன்முன்னால் ஒரு தோல்வார்ப் பையில் கொஞ்சம் நீர்
இருக்கிறது.
கிழக்கிலிருந்து கிடையாடுகள் மெல்லிய கதறல்களுடன்
வருகின்றன.
தேனீக்கூட்டம்போல அவை தனித்த யானையைக் கடந்து
செல்கின்றன.
ஒரு தைரிய ஆடு ஆனையின் தண்ணீரை எட்டிப்
பார்க்கிறது.
ஆனையின் தும்பிக்கை விளையாட்டாய் அதை பிடிக்கப்
பார்க்கிறது. ஆடுகள் இருளில் சென்று மறைகின்றன.
மரப் பல்லிகள் தாங்கள் எங்கும் நிறைந்திருப்பதைப் போன்ற
தோற்றத்தை உருவாக்க முயல்கின்றன.
சுவர்க்கோழிகளின் ரியாஸ்...
ஓர் கணம் நானும் ஆனையும் தனித்து.

பிறகு ஒரே இருள்
ஆனையும் நானும் வேறெனத் தெரியாத ஒரு இருள்

●

நீண்ட அங்கியுடன் மாடியேறி நட்சத்திரம் பார்க்கச்
செல்லும்
ஒவ்வொரு ஹுமாயூனையும் தெரிந்து வைத்திருப்பதில்
குரு என்ன பெருமை கொள்ள முடியும் ?

●

அவன் வனம் அறியாதவனில்லை
இருப்பினும் மரம் அறியாதவன் என்றது பறவை.
பறவைகள் மரங்களையும் வனத்தையும் ஒருசேர எப்படி
அறிகின்றன!

●

வாண வேடிக்கைகளைத் தூரத்திலிருந்து
பயிர்கள் மூச்சு விடுவது கேட்கும் வயல் அமைதியிலிருந்து
காண அழகாக இருக்கிறது
வாணவேடிக்கைகளை காணவேண்டிய தூரம் அதுவாகவே
இருக்கலாம்

●

நான் வெறிச்சோடிய சாலைகளில் தனியே நடந்து வருகிறேன்
மக்கள் தொலைக்காட்சிச் சதுரங்களில் ஆழ்ந்திருக்கிறார்கள்
யாரும் காணாது நகருக்கு மழை வந்து போய்விட்டது
அவர்கள் தங்களது அடுத்த முறிவுச் செய்திகளுக்காகக்
காத்திருக்கிறார்கள்
இடைவெளிகளில் இரவுணவு அவசரமாகத் தயாரிக்கப்பட்டு
விழுங்கப்படுகிறது
எனக்கு டீன் யங்கின் கவிதை ஒன்று நினைவுக்கு வருகிறது
நான் தொலைக்காட்சிகளை அஞ்சுகிறேன்.
அது எப்படி உங்கள் நண்பரைப்போல நடிக்கிறது!
இதனிடையில் மழையை நானும் கைவிடப்பட்ட ஒரு நாயும்
மட்டும் பார்த்தோம்.

●

வங்கிக் கடன் பற்றிப் பேசிய தொலைபேசிப்
பெண்ணிடம் அவன் உடைந்து அழுதபோது விஷயம்
சற்றுத் தீவிரமடைந்துவிட்டது என்று அவர்கள்
உணர்ந்துகொண்டார்கள்
அடுத்த வாரம் அவள் மீண்டும் அழைத்தபோது யாரும்
எடுக்கவில்லை...
அவள் வெறிபிடித்தவள்போல அந்த எண்ணையே அன்று
முழுவதும் அழுத்திக்கொண்டிருந்தபோது துயரம் காற்றில்
பரவுவது என்று அவர்கள் அறிந்துகொண்டார்கள்
தனிமையான ஆன்மாக்களின் துயரங்களில் சிக்கிக்
கொள்ளாதிருப்பது எப்படி? என்று இப்போது அவர்களுக்கு
வகுப்புகள் நடக்கின்றன.

●

இன்றும் வனாந்திரத்தில் சென்று காத்திருந்தேன்
வயல்வெளிகளின் தனிமையை உறுதிப்படுத்திக்கொண்டு
சொன்னேன்.
"தயவு செய்து" "தயவு செய்து"
பதிலில்லை
இன்றும் மீண்டும் சன்னல் கண்ணாடிகளில் மோதிமோதிக்
குளவி புக முயலும் ஒரு வீட்டுக்குத் திரும்பினேன்.

●

பனிப்புயலுடன் சண்டையிடும் ஒற்றை மரத்தை உங்கள் சாளரத்துக்கு வெளியே இரவில் கண்டால் நீங்கள் என்னைக் காண்கிறீர்கள்.

●

நீங்கள் வெறும்கையுடன் அவர்கள் வீடுகளுக்குச் செல்வதற்கு அவர்கள் பழகிக்கொண்டார்கள் என்று அறிவது புதிய கண்ணீரை வரவழைக்கிறது.

○

காலி பாட்டில்கள் தங்கள் நிழல்களிடமிருந்து சற்றே தள்ளி நிற்க முயல்கின்றனவா?

○

அவர்களது பிரார்த்தனைகள் என்பவை யாதுமில்லை. அது எப்போதும் அவர்கள் நம்மைக் கொன்ற விதத்தில் நாம் அவர்களைக் கொன்றுவிடக் கூடாது என்ற வேண்டுகோளாகவே இருக்கிறது.

●

கைவிடப்படுகிற தேவாலயங்கள் எழுப்புகிற மகிழ்ச்சி எத்தகையது!

●

எனது கடிகாரம் சில எண்களைக் கண்டதேயில்லை எனது
கடிகாரம் சில மணிச்சேர்க்கைகளை எப்படியோ
மறந்துவிட்டது
எனது கடிகாரத்தை உன்னிடம் கொடுத்துவிடுகிறேன்
என்னைவிட
அது உன்னிடம் களிப்புடன் இருக்கக்கூடும்

●

ஆயிரம் வருடங்களுக்குப் பிறகு தன்னைத்தானே
அழித்துக்கொள்ளும் பறவைகளை அவர்
விற்றுக்கொண்டிருந்தார்
ஏழு பளிச்சிடும் நிறங்கள் நான்கு மனோகரமான ஒலிகள்
உங்களுக்குப் பிடித்தமான கூவல் எது?
சந்தை முடிந்ததும் அவர் ஆற்றங்கரையில் தன் கால்களைக்
கழற்றி வைத்து இளைப்பாறினார்
பிறகு ஒரு ஆவி விடும் சப்தத்துடன் தலையை...
இரவு முழுவதும் அவரது நீலக்கண்கள் எரிந்துஎரிந்து
அணைந்துகொண்டிருந்தன
தாரகைகளுக்குத் துணையாக.

●

கடிகாரத்தை விட்டு இறங்க மறுக்கும் அற்புதம்
என்ன அற்புதம்!

●

உனது கூச்சலைக் கண்ணாடி முன் காட்டாதே
உனது கூச்சலை ஆடையைவிட்டு நழுவ விடாதே
உனது கூச்சல் என் நள்ளிரவை எழுப்பியது
உனது கூச்சல் அதிகாலையிலேயே உன்னை அழைக்கத்
தூண்டுகிறது தயைசெய்து உன் கூச்சலை அடக்கிவை.

●

கவிதைகள் அல்ல உண்மையில் நீங்கள் அடையவிரும்புவது
உங்கள் காதலர்களின் மண்டையோடுகள் நிரம்பிய ஒரு
அலமாரியைத்தான்

○

இறங்குவதற்குத் தனி ஏணிகள் வேண்டும் என்று மட்டுமே
நான் விண்ணப்பித்துக்கொண்டேன்

●

கவிஞன் மழை என்று சொல்லும்போது அது
                                    உரத்துப் பெய்கிறது.
கவிஞன் நீதி என்றும் சொல்லக்கடவது.

●

சிறிய எண்கள் உறங்கும் அறை

என்னால் தீப்பந்தங்களைத் தூக்கிக்கொண்டு ஓடமுடியவில்லை
என்மீது எப்போதும் எனக்கொரு குமட்டல்
இருந்துகொண்டே இருக்கிறது
தீர்க்கதரிசிகளின் முடைநாற்றமடிக்கும் அங்கிகளை
வெறுக்கும் அதே தீவிரத்தோடு அவர்களது மரணங்களின்
மழைநீர்ப் பரிசுத்தத்தை விரும்புகிறேன்
மூக்குக் கண்ணாடியைத் தொலைத்துவிட்டுத் தேடுவது
எனது முக்கியமான வேலைகளில் ஒன்றாக இருக்கிறது
ஒவ்வொரு முறை புனிதக் குளத்தில் மூழ்கியெழுந்தபிறகும்
நான் மிக அழுக்கான செயல் ஒன்றைச் செய்கிறேன்
என் வாழ்க்கை முழுக்கவே இந்த இருமைகளால்
கட்டப்பட்டிருக்கிறது
என் ஆன்மா இந்த இருமுனைகளுக்கு இடையே ஒரு
சிற்றெறும்புபோல அங்குமிங்கும் அலைகிறது

◯

ஒவ்வொரு பாவத்தைச் செய்யும்போதும்
பாவத்தைச் செய்யும்போது மட்டும் உங்கள் உடல் எப்படி
இவ்வளவு ஆற்றலுடையதாக மாறிவிடுகிறது!
உங்கள் கண்களில் ஒளி கூடிவிடுகிறது!

கன்னங்களில் உதிரம் துடிக்கத் துடிக்கவே நீங்கள் பின்பு
அருவருக்கும் ஒவ்வொரு செயலையும் செய்கிறீர்கள்
உங்களது நரம்புமுடிச்சுகளுக்குள் இவ்வளவு ஆற்றல்
எங்கிருந்தது? ஒரு மரம் வீழ்த்தப்படும்போது மிகுந்த ஆற்றல்
வெளிப்படுத்தப்படுகிறதா
ஒரு இலை அசைவதைவிட?

எனக்கு திடீரென்று எல்லாப் போர்களும் புரிவதுபோலத்
தோன்றுகிறது எல்லா சர்வாதிகாரிகளும்
கொடுங்கோலர்களும் எனது சகோதரர்களே என்று
தோன்றுகிறது
அவர்கள் பூமிக்கு வெளியிருந்து வந்தார்கள் என்று நான்
இப்போது சொல்வதில்லை
அவர்கள் என்னிடமிருந்து வந்தார்கள் இதோ தனது
நரைமீசையைக் கவனமாகத் திருத்திக்கொண்டு ஒரு
சர்வாதிகாரி இந்த இளமாலைக்குள் செல்கிறான் மிகுந்த
ஆற்றலுடன்.

●

அவர்கள் என்னை என் கவிதைகளுக்காகவே
விரும்புவதாகச் சொன்னார்கள்
எனது கூரிய நகைச்சுவை உணர்வுக்காகவும் கரிமசி போன்று
இருண்ட இரவுகளில் அவர்கள் எனது ஜோக்குகளை
நினைத்துக் கொள்கிறார்களாம்
அவை அவர்களது பாலைவனங்களின் மீது நீரூற்றுகள்
போலத் தாவிச் செல்லுகின்றன
நான் எப்படியோ என்னை அறியாமல் ஒரு விண்மீனாக
மாறியிருக்கிறேன்
அவர்களது நாவாய்களின் வழிகளைக் காட்டித்தருகிற
திசைஉடுவாக எதையும் அலட்சியமாக அணுகுகிற எனது
பாவனையை அவர்கள் ஆராதித்தார்கள்
அதில் ஒரு சாமுராயின் சாகசம் இருக்கிறது என்றார்கள்
பிறகு நீங்கள் எதற்குப் பயப்படுவீர்கள் என்று கேட்டார்கள்
ஒரு சாமுராய் எதற்குப் பயப்படுவான்? அவன் எதற்கு
அஞ்ச வேண்டும் ?
சற்று யோசித்து நான் சொன்னேன். "அவன் அவனது
விரல்நுனிகளோடு முடிந்துவிடுகிறான் என்பதற்கு"

ஒலி கேட்காதவரால் அழிகிறது
தீபங்களிடையே பேதம் என்ன?
தீபங்கள் சங்கிலியாகப் பூட்டப்பட்ட கண்கள்
இவ்வுலகத்தின் மீது
கண்கள் கொட்டப்பட்டுக்கொண்டே இருக்கின்றன
ஆகுதியில் விடாது சொரியப்படும் நெய்த் துளிகள்போல...
சிறுமிகளின் கண்கள்
ஆட்டுக் குட்டிகளின் கண்கள் கொடும் புலியின் கண்கள்
யானையின் சிறிய கண்களைவிடவும் சிறிதான கிருமிகளின்
கண்கள் அத்தனை கண்கொண்டும் இந்தப் பிரகிருதிப்
பெண்ணைக் காண வந்துகொண்டேயிருக்கும் ஈஸ்வரனை
வணங்குகிறேன்.

●

நதியில் எழும் அலை தான் நதியைவிட எப்போதும் ஓரடி
முன்னால் நடப்பதாக நினைக்கிறது
அம்மையை முந்த முயலும் சிறு மகள்போல...
நதி தன்னை உணர்கையில் தன் விளிம்புகளை ஒரு
ஆடைபோலச் சுருக்கி விரிக்கிறது காமம்கொண்ட
பெண்போல...
சில நேரங்களில் தனது விளையாட்டுப் பொம்மைகளை
ஓவியங்களைப் பரிசாகக் கரையிலிருப்போர்க்குக் கொடுத்துப்
பார்க்கும் சிறுமி போலும் அது நடந்துகொள்கிறது

●

முத்துக்களை அளிப்பதின் மூலமாக அவள் தன்
மாணிக்கங்களை மறைத்துக்கொள்கிறாள்.
எனினும் அவளை இரக்கத்தின் சமுத்திரம் என்றே சொல்வேன்.
எளிய கூழாங்கற்களோடு திரும்பிவிடுகிற அற்பப்
பசியுடையவர்தான் இவர்கள்.

●

அவர் என் நிலைகண்டு உன் சிறிய வாய்க்கான உணவோ
பெரிய விஷயங்களுக்கான பசியோ எதை நான் அளிப்பது?
என்று கேட்டார்.

●

துன்புறுவதின் மூலமாகவே உடல் தன்னை நிச்சயப்படுத்திக்
கொள்கிறது
காமம் ஒரு போர்போல இருப்பது இதனால்தான்
காமத்தின் மூலமாகவே மனிதன் முதலில் உதிரச்சுவையை
அறிகிறான்
எல்லாப் போர்களும் காமம்போல இருப்பதும்
இதனால்தான்
உடல்கள் காமத்தின் மூலமாகவும் தொடர்ந்து மரணத்தை
விழைந்தபடியே இருக்கின்றன
நான் இரவுகளில் உடல்கள் ஒரு வில் போல் நாண் ஏறி
முனகுவதைக் கேட்டிருக்கிறேன்
போர்க்களங்களில் இரண்டு படைகளும் மிருகங்கள் போல்
புணர்வதைப் பார்த்திருக்கிறேன்
ஈற்றில் மலர்கள் எப்படியோ கல்லறைகளைக் காண
வந்துவிடுகின்றன

●

உள்ளிருந்து அனற்றும் தீ கனிந்து திரிமுனைக்கு வருகிறது
உடல் மரணத்தை நோக்கி வளர்கிறது
ஒரு அம்பு வரையப்படுவதற்கும் எய்யப்படுவதற்கும்
நிச்சயமாக ஏதேனும் வேறுபாடு உள்ளதா?
ஆன்மா பாதுகைகளைப் புறக்கணித்துவிட்டு வனத்தில்
நடக்கிறது... காமம் இன்னொரு உடலை வரைந்துகொள்கிறது.

●

உயரங்கள் நிச்சயமாக அச்சமூட்டுகின்றன
சிறிய தேக்கரண்டிகளால் ஆன மனிதனைப் பெருமழையும்
நனைக்க முடிவதில்லை
பின்னொரு நாள் அவன் சொல்கிறான் என் வாழ்க்கை
ஒரு நீண்ட கிறீச்சிடல் மற்றும் தொடர்ந்து வீழ்ந்த நிசப்தம்
எல்லோரும் உறங்கியபின் உறங்கிய வீட்டில் வந்து
செல்லும் பெயரற்ற பூனை போலவே நான் வாழ்ந்தேன்.

●

கவிதைகளின் மூலமாக நைச்சியமாக என்னுடைய கறுப்புக்
கண்ணாடிகளை நான் உங்களிடம் விற்றுவிட்டேன்
என்பதை நீங்கள் கவனிக்கவேயில்லை
உங்களது இளமை மூலமாக நான் வாழ முயல்கிறேன்
என்பதையும் யாரும் பாலருந்தாத முலை ஒன்றை நான்
உங்களுக்கு உருவாக்கித் தரமுடியும் என்பது உங்கள்
நம்பிக்கைதான் வேறொன்றுமில்லை

●

பயணம் செய்து பயணம் செய்து மனிதர்கள் பயணம்
செய்யும் மனிதர்களையே அடைகிறார்கள்
ஒரு ரயில் எப்போதும் கிளம்பிச் செல்கிறது
ஒரு ரயில் எப்போதும் நிற்கிறது
நிற்கிற ரயிலைப் பற்றி கிளம்பிச் செல்லும் ரயிலுக்கு
எப்போதும் ஒரு உதாசீனம் இருக்கிறது
நிற்கிற ரயிலுக்குள் இருக்கிற மனிதர்கள் முகங்கள்
எப்போதும் வியர்வையிலும் சோர்விலும் மங்கியிருக்கின்றன
மலையுச்சிக்கு ஏறும் சிறுமி பனியை ஆடையாய்
அணிந்துகொள்வாள் எவ்வளவு தூரம் பயணித்து அது
அவளை அடைந்தது!

●

இந்தத் தத்துவங்களின் பின்னால் ஒளிந்துகொள்ளாதே
இதோ என் தசை புதிதாய்ச் சுடப்பட்ட ரொட்டி போல்
இருக்கிறது இதோ என் உதிரம் என் திராட்சைகளின் ரசம்
என்னை உன் எலும்பு மஜ்ஜை வரை உண்
உன் கேசத்தின் நுனிவரை அருந்து.
உனது தீர்க்கதரிசி சொன்னதையேதான் நானும்
சொல்கிறேன் புத்தகங்கள் உன்னோடு எப்போதும்
                                இருக்கின்றன
மனுஷகுமாரியோ உன்னிடம் மின்னிடைக் கணம் மட்டுமே

●